ஒரு சம்பிரதாய தேநீர் சந்திப்பு அல்லது ஒரு விநோதமான கைத்தடியின் அசுவாரசியமான கதை & பிற கதைகள்

ஜீவ கரிகாலன்

யாவரும்
பப்ளிஷர்ஸ்

The views and opinions expressed in this book are the author's own. The facts contained herein were reported to be true as on the date of publication by the author to the publishers of the book, and the publishers are not in any way liable for their accuracy or veracity.

- ஒரு சம்பிரதாய தேநீர் சந்திப்பு... • சிறுகதைகள் • ஜீவ கரிகாலன் ©
- முதல் பதிப்பு : நவம்பர் 2021
- Oru campiratāya tēnīr cantippu • Short stories • Jeeva Karikalan ©
- First Edition : November 2021

- Pages: 150 • Price : ₹ 180/-
- ISBN : 9788195343485

Released by :

M/s. Yaavarum Publishers
24, Shop no - B, S.G.P Naidu Complex,
Dhandeeswaram Bus Stop
Opp: Bharathiar Park
Velachery Main Road
Velachery, Chennai - 600 042

90424 61472 / 98416 43380
editor@yaavarum.com
Url : www.yaavarum.com; www.be4books.com

Designed by : Gopu Rasuvel

All rights, including professional, amateur, motion pictures, recitation, public reading, broadcasting and the rights of translation into foreign languages are strictly reserved. No part of this book may be reproduced in whole or in part or utilized in any form or by any means electronic or mechanical, including photocopying, recording or by any information storage and retrieval system now known or hereafter invented, without the prior written permission of the author/publisher.

நினைவின் முதல் அடுக்கிலிருக்கும் – அந்தி சாயும்
பொழுதொன்றில் மழை பெய்து நிரம்பிய கண்மாயைக் காட்ட
சைக்கிளில் வைத்து அழைத்துச் சென்று ரசிக்கச்
சொல்லிக்கொடுத்தவரும், இந்த இருள் மிகுந்த காலத்திலும்
பத்து சதவீத உயிரைப் பிடித்தபடி வாழ்வின் இன்னொரு
பரிமாணத்தைக் கடத்தியவருமான என் அப்பா
ஜீவானந்தத்திற்கு

நன்றி

பத்மஜா நாராயணன்	அகநாழிகை பொன்வாசுதேவன்
கவிதா முரளிதரன்	அபிலாஷ்
இன்பா சுப்ரமணியன்	அகரமுதல்வன்
கலைச்செல்வி	ஆத்மார்த்தி
நசீமா	கணபதி சுப்ரமணியம்
ரேவா	பாக்கியம் சங்கர்
ப்ரியா ராஜு	பாரதி கனகராஜ்
சரஸ்வதி காயத்ரி	ரிஸ்வான் ராஜா
தென்றல் சிவகுமார்	சீராளன் ஜெயந்தன்
வீரலெக்ஷ்மி	சித்துராஜ் பொன்ராஜ்
சந்தோஷ்	சுனீல் கிருஷ்ணன்
புலியூர் முருகேசன்	சுரேஷ் வெங்கடாத்ரி
வாசு முருகவேல்	ஸ்டாலின் சரவணன்
பாலா இளம்பிறை	தயா
	தூயன்

மேலும் என் கதைகள் குறித்துப் பேசி
பதிவிட்ட நண்பர்கள் அனைவருக்கும்

கதைகளைப் பதிப்பித்த

வாசகசாலை, சொல்வனம், வல்லினம்,
யாவரும் ஆகிய இணைய
தளங்களுக்கும்

புரவி, கணையாழி மாத இதழ்களுக்கும்
எனது நன்றி

மதிப்புரை

தமிழோ அல்லது ஆங்கிலமோ நான் புத்தகத்தை வாசிக்குமுன் முன்னுரைக்குள் நுழைவதேயில்லை. ஆங்கிலத்தில் Spoilers இருப்பதில்லை, ஆனால் ஒரு முன்முடிவை ஏற்படுத்தும் தகவல்கள் இருக்கும். ஆனால் தமிழில், "இறுதியில் கனகா அப்படி செய்திருக்கக்கூடாது" என்பது வரை சொல்கிறார்கள். பெரும்பாலான தமிழ் முன்னுரைகள், பின்னுரையாக இருப்பதற்கே பொருத்தமானவை.

வேறெப்போதையும் விட கொரானா ஊரடங்கு காலத்தில் ஆரம்பிக்கப்பட்டு, தொடர்ந்து தமிழில் அதிகமாக சிறுகதைகள் எழுதப்பட்டு வருகின்றன. ஜீவகரிகாலன் குறைவாக எழுதுகிறவர். நண்பர்கள் பலரின் அழுத்தம் காரணமாக அவ்வப்போது எழுதிய கதைகள் ஒரு தொகுப்பளவிற்குச் சேர்ந்தது உண்மையில் ஆச்சரியமே. பெரும்பாலான கதைகள் முன்னரே படித்திருப்பினும், தொகுப்பில் மொத்தமாகப் படிக்கையிலேயே பூர்ண சித்திரம் கிடைக்கிறது.

இத்தொகுப்பின் கதைகளில் தாமிரத் தழும்புகள், நாவலுக்கான களம். பணக்காரருடன் சாப்பிடச்சென்று பாதி வயிறே நிரம்பிய உணர்வு இந்தக் கதையைப் படிக்கையில் வருவதைத் தடுக்கமுடியவில்லை. பால்வெளி மயக்கம் வெற்றிகரமாக அமையாத ஒரு முயற்சி. Fantasize செய்வதான கதையில் வித்தியாசமான மொழிநடை, Second person singular—ல் கதை சொல்லும் யுத்தி, Extra காமம் எல்லாம் சேர்ந்தும் கதையில் நுட்பம் கூடிவரவில்லை. ஸ்டிக்கி நோட்டின் கதையில் கரிகாலனின் மெல்லிய Dry wit humour உடன் மேலைநாட்டுக் கதைகள் போலவே அல்புனைவுக்கும், புனைவுக்குமுள்ள இடைவெளியைக் குறைக்கும் கதை நன்றாக வந்துள்ளது. ஒருவகையில் நகுலனின் வாக்குமூலத்தை நினைவுக்குக் கொண்டுவருகிறது.

அமானுஷ்யத் தன்மையின் சாயல் வந்து போகும் கதைகள், வளர்பிறை, ஒரு சம்பிரதாய தேநீர் சந்திப்பு, திருமுகம், எப்பவும் போலவே 4 மற்றும் 7 முதலியன. ஆலன் போவின் கதைகள் போல் இவற்றை Gothic வகையில் சேர்க்கமுடியாது. யாரேனும் Hallucination அல்லது Subconscious உள்ளே இருந்து வரும் விசயங்கள் என்று விளக்கம் சொல்லக்கூடும். கதையில் அதிக அழுத்தத்தைக் கொடுத்து விட்டு, வாசகரை திசைமாற்ற அமானுஷ்யத்தின் சுவடுகளைக் கொஞ்சமாக

பயன்படுத்துவதாகத் தோன்றுகிறது. அந்த வகையில் அடிக்கடி அமானுஷ்யத்தைத் தொட்டு எழுதும், ஜெயமோகன், போகன் சங்கர், சுஷில் குமார் போன்றோரின் கதைகளில் இருந்து கரிகாலனின் கதைகள் விலகி நிற்பவை.

Music குறிப்பாக Jazz தவிர்க்கவியலாமல் முரகாமியின் கதைகளில் வருவது போல ஜீவ கரிகாலனுக்கு ஓவியம். தொகுப்பில் பல கதைகளில் ஓவியம் கிட்டத்தட்ட ஒரு கதாபாத்திரமாகவே வருகின்றது. ஒரு சைக்கோ பற்றிய கதையில் கூட ஓவியம் தவிர்க்க முடியாது இடம் பெறுகிறது. 'கலை எனும் பெண்டுலம்' போன்ற இவரது கட்டுரைகள் (புனைவுகளில் வெளிப்படுவதைவிட) ஓவியக்கலையின் மீதான இவர் நெருக்கத்தை வெளிப்படுத்தும்.

ஜீவ கரிகாலன் எடுத்துக் கொள்ளும் கதைக்களங்கள் மட்டுமில்லை, கதைகளும் வித்தியாசமானவை. 'ஒரு சம்பிரதாய தேநீர் சந்திப்பு' கதையை ஆங்கிலத்தில் மொழிபெயர்த்து முரகாமி எழுதியது என்றால் பாதிப்பேர் நம்பிவிடுவார்கள். 'திருமுகம்' கதையின் நடை அதற்கு முற்றிலும் வேறானது. அது போலவே பல கதைகள் ஒரே எழுத்தாளரின் சாயலை இழந்து நிற்பவை.

குறுங்கதைகளையும் முயற்சி செய்து இருக்கிறார். 'எப்பவும் போலவே—2' குறுங்கதை இலக்கணப்படி எழுத்தாளர் நினைத்தபடி வாசகருக்கு அதே உணர்வைக் கடத்துகிறது. குறுங்கதைகள் கதை சொல்வதற்கு எழுதப்படுவதில்லை, ஓர் உணர்வை வெளியிடவே எழுதப்படுகின்றன. குறுங்கதை சட்டகத்துள் பொருந்தாத கதைகளும் தொகுப்பில் இருக்கின்றன.

சிறுகதைகளை ஒரு தொழிற்சாலையில் உருவாக்குவது போல் எழுதுவதற்கில்லை. சிறுகதைகள் பெரும்பாலும் வெளியே வருவதற்கு சரியான நேரத்திற்காகக் காத்திருக்கின்றன. எழுத்தாளர் இங்கே ஒரு மீடியம். கலைநுட்பம் வாய்ந்த எழுத்தாளர்களிடம் அவை நல்ல கதைகள் ஆகின்றன. 'எஞ்சியிருக்கும் துயில்' போன்ற கதைகளில் கரிகாலன் பிரகாசிக்கிறார்.

நேரம் எடுத்துக்கொண்டு ஒவ்வொரு கதைகளுக்கும் இடைவெளி எடுத்துத் திருத்தம் செய்தால் கரிகாலனால் சிறந்த கதைகளைத் தொடர்ந்து தரமுடியும். முதல் இரண்டு தொகுப்பைக் காட்டிலும் இந்தக் கதைகளில் இன்னும் முதிர்ச்சி தெரிகிறது. ஓர் எழுத்தாளன் தொடர்ந்து எழுதுகையில் கதைகள் நேர்த்தியில் முன்னோக்கி நகர்வதைத் தாண்டி வேறு எதை கோருவதற்கு இருக்கிறது?

— சரவணன் மாணிக்கம்

புனைவு எனும்.......

ஒரு பால் கொழுக்கட்டை பற்றிய உரையாடல் வாழ்க்கை பயணத்தைத் திருப்பும் வல்லமை பெற்றவை என நம்புகிறவன் நான்.

தொண்ணூறுகளின் முற்பகுதி அது. திறந்துவிடப்பட்ட உலக வர்த்தகக் கதவுகளுக்காக புதிதாய் முளைத்த காளான்களாக திண்டுக்கல் மாவட்டத்தில் நிறைய ஸ்பின்னிங் மில்கள் முளைத்த காலம் அது. நாங்கள் அந்த கிராமத்திற்கு இடம்பெயரக் காரணமும் அதுவே. உள்ளூர்வாசிகளின் வரத்தை நம்பி பெரிய வியாபாரத்தை எண்ணாத அந்த ஓட்டலில், திருநெல்வேலியிலிருந்து மாஸ்டர்கள் வரவழைக்கப்பட்டு பண்டங்கள் செய்தார்கள். பெரிய கவளம் போன்ற போண்டாவுக்குள் அந்த ஊரின் மொத்த நினைவையும் பொதித்து வைத்திடலாம்.

நாங்கள் அந்த ஊருக்கு வந்த காலத்தில், பக்கத்துத் தெருவிற்கு ஒரு சிலோன் குடும்பம் வந்தது என்று சொன்னார்கள். ராஜீவ் காந்தி கொலைக்கு பின்னர் புலிகள் பற்றி பேசுவதற்கு (வாதம் செய்ய) ஆரம்பப் பள்ளியிலேயே நண்பர்கள் இருந்தார்கள். இறுக்கமான அவர்களது முகம் அப்போது எந்தக் கதைகளையும் கூறவில்லை.. அதில் புனைவதற்கு இடமிருக்கிறது என்றாலும் அந்த தர்க்கம் அனுமதிக்கவில்லை. அந்த வீட்டிலிருந்து வந்த பெண் எங்கள் வகுப்பில்தான் சேர்ந்தாள்.... சற்று இருங்கள்.. நான் சொல்ல வந்தது வேறொன்று.

ஒரு நினைவு மொட்டென முளைக்கையில் அது கதையாகத்தான் ஆக வேண்டும் என அடம் பிடிக்கிறது, பெரும்பாலும் அந்த மனத்தோடு தர்க்கம் வைக்கப் பழக்கியது எனத் தெரியவில்லை. பெரும்பாலான கதைகள் நான் அப்படித்தான் இந்த தொகுப்பில் முயற்சித்திருக்கிறேன். மேலே சொன்ன கதையை ஒருமாதிரி நிறைவு செய்யலாமா?

அந்த சிலோன் வீட்டில் வளர்த்து வந்த நாயின் பெயர் மோத்தி. அது என்ன “மோத்தி” சிங்களமா? என்று தோன்றிற்று. வழக்கமான “ராமு, மணி, கருப்பன், வெள்ளையன், ஜானி, பப்பி அத்துடன் கல்லெடுத்தவுடன் விழுந்தடித்து ஓடும் டைகர்” என்கிற பெயர்களுக்கு மத்தியில் மோத்தி அன்பானவன் தான். பின்னாட்களில் மோத்தி என்கிற வடமொழிச்

சொல்லிற்கு அர்த்தம் 'மணி' என்று புரிந்த பின்னர் அதுவும் மரபான பெயர் தான் என்ற நிம்மதியை அடைந்தேன். அருகிலிருந்த மாடிவீட்டு அறையில் தங்கியிருக்கும் 'நாராயணன் மாமா', கிரிக்கெட் மேட்ச் ஒளிபரப்பும் நாள் தவிர எப்போதும் புகைசூழ சீட்டாடுவதில் மும்முரமாய் இருப்பதால், அங்கிருக்கும் பலகணியில் உட்கார்ந்தே மொத்த கிராமத்தினையும் அரைவட்டக் காட்சியாக வேடிக்கை பார்ப்பது எனது வழக்கம். மோத்தி அப்படி பலமுறை அந்த ஓட்டல் முதலாளியிடம் அடி வாங்கியதைப் பார்த்துள்ளேன். எத்தனை முறை அடி வாங்கினாலும் போண்டாக்களின் வாசத்திற்கு மயங்கிய அந்நாய் வாசம் வந்ததும் போய் நிற்கும், பலநேரம் நானும் அதனுடன் நின்றிருக்கிறேன். 'இந்த சனியன் வந்துருச்சா' என்றபடி நங்கென மிதிக்கக்கூட செய்வார். ஆனால் அந்த நாய் இவரைப் பழி வாங்கும் என கனவிலும் நினைத்துப் பார்க்கவில்லை.

கோணம் தான் கதையாக ஒன்றை எழுதுவதற்கு என்னை பெரும்பாலும் சமரசம் கொள்ளச் செய்தது. மெய்மை என்றோ உண்மை என்றோ எதனையும் உறுதியாக நம்பமுடியாத சூழலில் கோணம் மீது ஒரு அலாதியான விருப்பமும் அக்கறையும் ஓரளவிற்கு நினைத்ததை பூர்த்தி செய்துவிடுகிறது என்பது மட்டுமே நம்பிக்கை. ஆனால் கிட்டத்தட்ட ஒரு ஸ்வீட் ஸ்டால்காரனுக்கு இருக்கும் இனிப்பு மீதான ஆர்வம் எழுத்தாளனுக்கு நேர் எதிர்திசை அன்றோ?. ஏதோ ஒரு பந்தியில் போடப்படும் கேசரி, அதனை விழுங்கிடத் தூண்டினால் மட்டுமே அவன் கை வைப்பான். அதுமட்டுமே அவனுக்கு இனிப்பாகத் தெரியும். வாசகசாலை இணையதளத்திற்காக அருண் என்னிடம் கதை கேட்டபொழுது எனக்கு இனிப்பின் சுவை தெரிந்தது. வாசகசாலைக்கு "எஞ்சியிருக்கும் துயில்" எழுத நினைத்து, அவ்விடம் வந்துசேர இன்னுமிரண்டு கதைகளை எழுதிப் பார்த்தேன். ஒருவார இதழுக்கான முயற்சி போல் தொடங்கிய இப்பயணம். மீண்டும் ஒரு டிரங்குபெட்டிக் கதைகள் போன்ற ஒன்றைக் கொணரும் முயற்சியாகத்தான் என்னை பாவித்தது. அந்த வகையில் 'வாசகசாலை' அமைப்பிற்கே எனது முதன்மையான நன்றியைச் சேர்க்க வேண்டும்.

இங்கே கொழுக்கட்டை பற்றியும் பேசத் தோன்றுகிறது.. இவையே என் கதைகளென்றால் பத்து ரூபாய்க்கு கிடைக்கும் ப்ளாஸ்டிக் அச்சில் நேர்த்தியாக பூரணம் புதைத்து அவித்து எடுக்கப்படும் கொழுக்கட்டைகளை விட, கட்டை விரலை மாவுக்கு மத்தியில் வைத்து ஆள்காட்டி விரல், பாம்பு விரல் கொண்டு சுற்றியெடுக்கும் மாவில் வைக்கப்படும் மோதகம் வேகும்போது நெகிழ்ந்து சற்றே கதையென வெளிப்பட்டால் பூரணமென எங்கோ, எதிலோ உடன்பட்டுக்கொண்டேன். புத்தகக்கடை வைத்திருப்பவனுக்கு மூத்தோர்களின் ஆசியும் அதில் இருக்காமலா போகும்?..

மோத்தியின் கதைக்கு வருவோம்...

மோத்தியும் என்னைப் போலே வேடிக்கை பார்த்துக் கொண்டிருந்தது. ஓட்டலுக்கு இடதுபுறம் இருந்த பாழுங்கிணறு ஒன்று ஓட்டலின் குப்பைகளைக் கொட்டும் இடமாக இருந்தது. அந்தப் பகுதியில் உள்ளோர் அனைவரும் அங்குதான் கொட்டுவார்கள் என்றாலும் வருடக்கணக்கில் ஓட்டல்காரர் கொட்டியவற்றில் தான் கிணறு முக்கால்வாசி நிறைந்திருந்தது. அந்தக் குப்பைதான் அன்று எரிந்து கொண்டிருந்தது. பனை மரமளவுக்கு உயரமான தீநாக்கு என்று இன்று எழுதத் தெரிந்த உவமை பொருந்தாது என்றாலும் அது ஒரு பெரிய ஆகுதி போல எரிந்தது என்பது பொருந்தலாம்.

ஆம்... ஆகுதி என்பது பொருந்தக்கூடும். "குப்பையை இப்படி ஒன் இஷ்டத்துக்கு கொட்டுவியாடா" என்று கத்திய காவல்துறை ஆய்வாளர் யாரும் எதிர்பாரா கணத்தில் ஓட்டல்காரரைப் 'பளார்' என அறைந்தார். ஆம் அதே சப்தம் தான். அதுவரை அங்கிருந்த 'மோத்தி' துள்ளிக் குதித்தோடி வந்து மகிழ்ச்சியில் தரையில் புரண்டு புரண்டு கொண்டாடியதை நான் பலகணியிலிருந்தே பார்த்துக் கொண்டிருந்தேன். (பாருங்கள் என் நாஸ்டால்ஜியா எத்தனை துல்லியமானது? :)) அநேகமாக அந்த இடத்திலிருந்து மொத்த சம்பவத்தையும் பார்த்துக் கொண்டிருந்ததால் மோத்தியின் சந்தோஷம் குறித்த துல்லியமான காரணம் எனக்கு மட்டும் தெரியும்.

ஏற்கனவே ஆகுதியென்று சொன்னேனல்லவா? பாய்லரில் புதிய கரியைப் போட வேண்டியதாலோ என்னவோ கங்குகளை நீரூற்றி அணைக்காமல் அப்படியே கிணற்றோரமாய்க் கொட்டுவதுண்டு. அன்றும் அப்படியேதான் நடந்தது. அந்த மோத்தி மோப்பம் பிடித்தபடி வந்தவன் அந்தக் கங்கிருக்கும் பகுதியில் சிறுநீர் கழித்துவிட்டு, அவ்விடத்தில் தன் பின்னங்கால்களால் மண்ணை வாரிப்போடுவதாக நினைத்தபடி இன்னும் அணையாத கங்குகளையும் கிணற்றுக்குள் தள்ளிவிட்டிருந்தான். கிணற்றில் கங்கைக் கொட்டியதற்காக பலபேர் முன்பாக கன்னத்தில் அடிவாங்கினார் ஓட்டல்காரர். 'மோத்தி' இவ்வாறாகப் பழிவாங்கும் படலத்தை நிறைவு செய்தான்.

எனது பதிப்பாளரும் அந்த ஓட்டல்காரரைப் போன்றவர் தான். அவர் என்னை மட்டுமே மோத்தியாக பாவிக்கிறார். அவரைப் பழிவாங்க எனக்கும் கங்குகள் தேவை. சரவணன் மாணிக்கவாசகம் என்கிற நண்பர் தந்த உற்சாகக் கங்குகள் தான் அவை. ஒவ்வொரு கதைக்கும் அவரிடமிருந்து வந்த ஊக்கம் மேலும் பலரையும் கவனிக்க வைத்தது, என் பழைய நூல்கள் விற்பனையாகின. இவ்வாறாக கங்குகள் கிணற்றுக்குள் வாரிபோட்ட தருணம் நடந்திற்று. என்னைப் போல் பலரையும் ஊக்குவிக்கும் அவருக்கு எனது சிரம் தாழ்ந்த நன்றி.

இந்த முறை என் கதைகளோடு விவாதம் நடத்தியவர் அகிலா. சில கதைகளை அவரது ஆலோசனைப்படியே மாற்றி அமைத்தேன். “மொக்க.. இன்னும் எத்தன வருஷத்துக்குத்தான் ஆம்பளத்தனமாவே எழுதுவீங்க” என்பது போன்ற நேரடி விமர்சனங்கள் ஒரு எழுத்தாளனுக்கு எத்தனை தேவையானது!!

வழக்கம்போல எனக்குள் ஒரு ‘தரம்’ விதைத்து என்னை அதை நோக்கி ஓரளவிற்கு வெற்றிகரமாக நகர்த்தும் என் மாஸ்டர் ‘மான்ஸ்டர் இளங்கோ’வுக்கு சமர்பிக்க இன்னமும் பயணிக்க வேண்டியிருக்கிறது

ஒருபோதும் வாயே திறக்கப் போவது இல்லை என்று உறுதியளித்த வேல்கண்ணன் கல்லில் இருந்து இறக்கி வைத்தவுடன் சாப்பிடுவது போல பல கதைகளை அப்படியே இணையதளத்தில் ஒட்டவைத்துத் திருத்தும் வேதநாயக், கதைகளை மேம்படுத்துவதில் உதவி புரிந்த நண்பர் ஸ்ரீதேவி, பேய்க்கதைகளுக்காக காத்திருக்கும் கோபு என இத்தனை நண்பர்களின் ஊக்கத்தால் தான் இந்தத் தொகுப்பு சாத்தியமானது.

சிறுகதைகளோடு நிறுத்தியிருக்கலாம் என்று வாசகர்களுக்குத் தோன்றுவதில் ஒரு நியாயம் இருக்கும் என்று தெரிந்தும் சில குறுங்கதை முயற்சிகளை விபத்தாகக் கருதி இத்தொகுப்பில் சேர்த்துள்ளேன். மிகவும் சவாலான ஆனால் ஆர்வம் தரும் வடிவம் குறுங்கதைகள். இது ஒரு முதல் முயற்சி தான். காமிக்ஸ்களுக்கு இருக்கும் / முன்னுரையை விட சுவாரசியமான பத்திகளை எழுதமுடியாது என்று என்னைப் பொருத்தவரை ஒரு நம்பிக்கை இருக்கிற போதும் இவ்வளவு தூரம் நீட்டுமளவு எனக்கு பக்கங்களைத் தரும் என் பதிப்பாளருக்கும் நன்றி சொல்ல வேண்டும். கண்ணதாசன் : ஆஜர்.

முக்கியமாக ‘புரவியில்’ வந்த கதை குறித்த கவிஞர் ராஜசுந்தரராஜன் அவர்களது கருத்து தான் நான் வந்திறங்கிய நிலையம் குறித்த நம்பிக்கையை ஊர்ஜிதம் செய்தது. ஆனால் இந்தப் பயணம் எப்படியானது என்றால் — பக்கத்திலிருக்கின்ற திருநெல்வேலிக்கு ஒருமணி நேரத்தில் பேருந்தில் செல்லலாம். ரயிலில் மீளவிட்டான், தட்டப்பாறை எனக் கடந்து மணியாச்சியில் ரயில் மாறுவதற்கு முன்னர் அந்த இட்லிக்கார தாத்தாவிடம் நாலு இட்லி ஒரு உளுந்து வடை தண்ணீரை விட லேசாக ஒழுகும் தேங்காய் சட்னியோடு மொக்கிவிட்டு மூனு நாலு மணிநேரங்கள் கழித்து ஜங்ஷன் வந்திறங்கி ‘சாந்தி ஸ்வீட்ஸ்’ செல்வது போன்றது தான்.

இந்தப் பருவத்தில் சேர்ந்த எழுத்துகளைத் தொகுப்பாக்கிவிட்ட நிலையில், கூடுதல் சுமைகளைக் கொண்டுவரும் எதிர்காலத்திற்கு முன்னே எழுத்துக்காரனாக தன்னையே சூதாக வைத்து ஆடப்போகும்

ஆட்டம் சவாலானது தான். அதற்கு மோத்தி ஓட்டல்காரரோடு இணக்கமாகிவிட்ட நினைவுகளையும் கிளறிப் பார்க்க வேண்டும்..

அண்மையில் கடைக்கு வந்திருந்த காளிபிரசாத் (கடந்த ஆண்டு அவர் நூல் யாவரும்—பதாகை கூட்டுத் தயாரிப்பில் வெளியானது) "நீங்கள் புத்தகம் போட்டிருக்கீங்களா?" என்று கேட்கும்வரை முன்னுரை எழுத எதுவுமே இல்லாதிருந்தேன். அடியெடுத்துக் கொடுத்த அன்னையின் மறுவுருவாய் வந்த காளிபிரசாத்திற்கு வந்தனம்.

நைவேத்யம் பண்ணாமல் சாப்பிடக்கூடாது என்று அம்மா எடுத்து வைக்கும் கொழுக்கட்டைகளைப் போல கதைகள் மிச்சமிருக்கின்றன.

தூத்துக்குடிக்கு ஆயத்தமாகிய நாளொன்றில்
சென்னையிலிருந்து

ஜீவ கரிகாலன்
செப்டம்பர் 2021

உள்ளடக்கம்

1. எஞ்சியிருக்கும் துயில் 17
2. வளர்பிறை 27
3. தாமிரத் தழும்புகள் 36
4. ரஸகுல்லா காளி 47
5. பால்வெளி மயக்கம் 56
6. ஒரு சம்பிரதாய தேநீர் சந்திப்பு.... 67
7. திருமுகம் 78
8. உலகின் அழகிய துயரம் 89
9. ஒரு ஸ்டிக்கி நோட்டின் கதை 101
10. சாவின் பிரதி 107
11. ஒரு தத்தையின் குறுகியகால மீட்டர் கேஜ் பயணம் 113
12. எப்பவும் போலவே... 129
13. மழை நாளொன்றில் 139

"ஒரு மலையிறங்கி வரும்பொழுது
பலதும் தொலைந்து விடுகின்றன
அதில் ஒன்று நான்..."

– மீரா

எஞ்சியிருக்கும் துயில்

அது நள்ளிரவோ அல்லது கொஞ்சம் பின்னரோ இருக்கலாம், விடிவெள்ளிக்கு வலதுபுறமாய் உப்பிய நிலையில் வெளிர் நீலத்தைப் பாய்ச்சி நகரத்தைக் கட்டுப்பாட்டுக்குள் வைத்திருந்தது பௌர்ணமி. தொடர்ந்து ஆறு மாதங்களாக அண்ணாமலையாரை வலம் வந்து கொண்டிருந்தேன். ஆனால் இன்று என் வீட்டின் கட்டிலில், அருகில் சக்தியின் மூச்சு உஷ்ணம். மொபைலில் நேரம் என்ன என்று கூடப் பார்க்கத்தோன்றவில்லை. சவமாகப் படுத்திருப்பதாய் தோன்றியது.

உடலை விட்டு எழுந்து பார்ப்போமா? இப்போதெல்லாம் அடிக்கடி இப்படி எண்ணங்கள் வருகின்றன.

விடிவெள்ளியின் அருகிலேயே ஒன்றிரண்டு நட்சத்திரங்கள் தெரிந்தன. மீனம் ராசி நட்சத்திரங்கள் நீளமாக ஒரு புள்ளியில் இருந்து வேறு திசைக்கு செல்லும் நட்சத்திரத் தொகுதி அது. ஸ்டெல்லாரியம் செயலியைக் கொண்டு நட்சத்திரங்களின் பெயர்களைப் பார்த்துக்கொண்டே இரவெல்லாம் கழிப்பது. அபார்ட்மெண்ட்வாசிகள் கிறுக்கன் என்று சொல்வதும் பகடி செய்வதும் என்னைக் காயப்படுத்தாது. இப்போதெல்லாம் வெறும் கண்களால் தேடுவது ஓர் ஆறுதல் தான்.

“இன்னும் மூனு பவுர்ணமி தான வந்துடுடா” என்ற கன்ராஜ்க்கு பதில் சொல்ல வார்த்தைகள் கூட இல்லை. அழைப்புகளுக்கும் செய்திகளுக்கும் பதில் எதுவும் தரவில்லை. என்ன தருவது? வார்த்தைகள் கொஞ்சம் கொஞ்சமாகத் தீர்ந்து கொண்டிருக்கிறது.

சக்தி அழும்போதெல்லாம் விடும் சாபம் இதுதான் “நாக்கு இருக்கு பேசத் தெரியும் என்பதால எத்தனை ஆழமா காயப்படுத்தற, என்னிக்காவது நீ சொன்ன வார்த்தைங்களே உன்னெ திங்க ஆரம்பிக்கும்டா”

திங்கத்தான் ஆரம்பித்துவிட்டது. ஆம் அந்த வார்த்தைகளுக்குப் பற்கள் இருந்தன.

"எல்லாவற்றையும் கடந்துவிடு. எஞ்சியிருப்பது எது என்று கவனி அவற்றை சரி செய். உனக்கு மந்திரமெல்லாம் வேலை செய்யாது"

கன்ராஜ் சொல்லி ரொம்ப நாளாகக் காத்துக்கொண்டிருந்த அகோரியின் அனுமதி போன பௌர்ணமிக்கு கிடைத்தது. காசியிலிருந்து ஐந்து ஆண்டுகளாய் அவர் இங்கிருக்கும் கோயில்களுக்கு வந்து சென்று கொண்டிருப்பதாகச் சொன்னான். அவர் பூர்வீக நினைவு வந்ததாகவும், அவர் சிதம்பரத்தைச் சேர்ந்தவர் என்பதால் சில வேலைகளை முடிக்க இங்கே சுற்றுவதாகவும் சொல்லியிருந்தான். அவர் பார்வை பட்டாலே இத்தனை நாள் இழுத்துக்கொண்டிருக்கும் பிரச்சினைகளுக்கு ஒரு முடிவு கிட்டும் என்று நம்பியிருந்தான் கன்ராஜ். நான் எல்லா வழிகளையும் தேடுவது என முயற்சித்தபடி இருந்தேன்.

அவரைச் சந்திப்பதற்காக ஒன்பது பௌர்ணமிக்கு என்னுடன் சேர்ந்து அவனும் வேண்டிக்கொண்டான். கண்ணா, நான், பாபு, கன்ராஜ் என ஒருகாலத்தில் பைக்கில் சென்று வந்த ஊர் தான். இப்போது நிலைமை மாறிவிட்டது. வயதாகிவிட்டதாக எங்களை நாங்களே குறுக்கிக் கொண்டோம். முதலிரண்டு முறை நண்பனுடைய காரில் பெட்ரோல் போட்டுவிட்டு ஒரு ட்ரைவரை வாடகைக்கு வைத்து போய் வந்தோம். அதற்குப் பின்னர் பேருந்து தான். ஆறாவது மாதம் சென்று கொண்டிருந்த பேருந்திலே உடன் பயணித்தவரைத்தான் பார்க்கப் போகிறேன் என்று தெரியாமல் கன்ராஜோடு பேசிக்கொண்டிருந்தேன்.

திண்டிவனம் பேருந்து நிலையத்தில் ஏறினார் அவர். திருவண்ணாமலைக்கு அதுவும் பவுர்ணமியில் காவியுடை அணிந்து வருபவர்கள் கணிசமாக இருப்பதால்.. என்னருகில் வந்து நின்றுகொண்டிருப்பவரை கவனிக்கவில்லை. யாரோ ஒரு பரதேசி சிவனடியார் என்கிற ரீதியில்தான் அவரைக் கவனிக்காமல் கன்ராஜோடு பேசிக்கொண்டிருந்தேன். கன்ராஜுக்கும் அவரை யாரென்று தெரியவில்லை. நகரத்தார் சங்கத்தில் இருக்கின்ற நண்பன் வாயிலாகத்தான் அந்த அகோரிச் சித்தரை சந்திக்க ஏற்பாடு செய்திருந்தான்.

திடீரென்று கையில் வைத்திருந்த சிறு தடியால் என் தலையில்

அடிக்க, விருட்டென்று எழுந்து அவரை அடிக்கச் சென்றேன். அப்பேருந்தின் சீரற்ற பயணத்தைக் கலைத்து ஓரங்கட்ட வைத்தது. என் வாயிலிருந்தா அத்தனை கெட்ட வார்த்தை என்று பேருந்திலிருந்த அனைவரும் முகம் சுளித்தார்கள். என் மிரட்டலுக்கு அடிபணிந்து நடத்துனர் அப்பரதேசியை கீழே இறக்கிவிட்டார். ஒருவேளை இவர்தான் அகோரியோ என்கிற ஐயம் வந்தபோதும் அத்தனைப் பேர் முன்னால் என்னை அடித்தது என் கட்டுப்பாட்டை இழக்கச் செய்தது.

ஆனால் இதே கோபத்தோடு நான் நடக்க வேண்டியவர்களிடம் நடந்திருக்கிறேனா?

கிரிவலம் ஆரம்பித்தாலே என் மனம் முழுக்க மீனுவைச் சுற்றியே இருக்கும். குபேரலிங்கத்தைத் தவிர எல்லா லிங்கத்தையும் தரிசித்துவிடுவோம். ஒவ்வொரு ஸ்தலத்திலும் ஓர் ஓரமாய் உட்கார்ந்து கண் மூடுவேன். மனம் "மீனு மீனு" என்று கேவிக்கேவி அழும். அரோகராவும் நமச்சிவாயமும் உரத்து கேட்கும் இடங்களில் 'மீனு!' என்று சத்தம் போட்டே நானும் அழுது பார்ப்பேன். எப்படியாவது மீனுவை அல்லது அந்த பாரத்தை, திரும்பச்சுமக்க இயலாத என் மீனுவை, பாரம் கூடிக்கொண்டிருக்கும் அவள் நினைவுகளை எங்கேயாவது இறக்கி வைத்துவிட முடியாதா என்று தோன்றும்.

ரமணர், விசிறி சாமியார், சேஷாத்திரி ஸ்வாமிகள் என்றும் ஒன்றிரண்டு நாட்கள் தங்கியும் பார்த்தேன். அந்த நாட்களில் சக்தியின் அழைப்பைக் கூட ஏற்பதில்லை. சக்திக்கு நான் திருவண்ணாமலை வருவதே பிடிக்காது. அவள் அழுது தீர்த்துவிட்டாளோ என்னவோ இப்போதெல்லாம் மீனு அவளுக்கு ஒரு பிரச்சனையாகவே இல்லை. திடீரென்று மௌனமாக ஒன்றிரண்டு மணிநேரம் இருப்பாள். முன்னர் போல் இல்லாமல் நாள் கிழமை வழிபாடுகளையும் தவிர்த்தவள் தனது பணியில் தன்னை முழுமையாக அர்ப்பணித்துவிட்டாள்.

இப்போதும் ஒரு பள்ளிப் பேருந்தை பார்த்தாலே மனம் பதபதைக்கிறது.

நகரத்தார் சமூகத்தைச் சேர்ந்தவர்கள் திருவண்ணாமலை தரிசனத்திற்காக கட்டி வைத்திருந்த விடுதி அது. விடுதி மேலாளர் எப்படியோ என்னை அடையாளம் கண்டுகொண்டார். அவர்தான் இந்த அகோரி பற்றிய செய்தியை கன்ராஜுக்கு தெரிவித்தது.

“சார் நீங்க முடிச்சூர் தான, என்னைய ஞாபகம் இருக்கா? நானும் வரதராஜபுரம்ல தான் இருந்தேன்”

என்னை நினைவில் வைத்திருந்தது ஆச்சரியம்தான். அன்று தமிழ்நாடு முழுக்கப் பேசினார்கள். சில ஆங்கில ஊடகங்களிலும் ஒரு திரைப்படத்திலும் கூட மீனுவைப் பற்றி பேசினார்கள். நிறைய விவாதங்களில் மீனுவைப் பற்றி அவர்கள் பேசிக்கொண்டிருந்தார்கள். இன்னமும் பேசிக்கொண்டே தான் இருக்கிறார்கள். ஆனால் அது எல்லாம் மீனுவைப் பற்றியுமல்ல. அவர்களுக்கு நிறைய பெயர்கள் செய்திகளின் வழியே அறிமுகமாகி இருந்தது. அவர்களும் மீனுவாக இருந்தார்கள். என் மீனு மறக்கடிக்கப்பட்டாள். சமீபத்தில் நண்பர்களின் ஏற்பாட்டில் ஒரு வாய்ப்பு எடுத்துக்கொண்டு எனக்கு வரும் மிரட்டல்களைச் சொல்லியும் எந்தப் பலனுமில்லை. அடுத்தமுறை கேட்கும்போது, ட்டி.ஆர்.பி இல்லை என்பதால் முடியாது என்று சொல்லிவிட்டார்கள்.

விடுதி மேலாளர் எப்படியோ நடந்தவற்றை மறக்காமல் இருந்ததால் முதல் வாரம் மட்டும் போய்வரலாம் என்று நினைத்திருந்த எங்களை, ஒன்பது பவுர்ணமிகள் தொடர்ந்து வரச் சொல்லியிருந்தார். அதற்குள் அகோரியிடம் அனுமதி வாங்கிவிடலாம் என்றும் நம்பிக்கை தந்தார். அடுத்து மாசி, பங்குனி, சித்ரா பவுர்ணமியோடு முடிந்துவிடும் என ஒரு நம்பிக்கை. அதற்குள் அகோரியின் பார்வை பட்டால் தீர்வு கிடைக்கும் என்றார்கள்.

40-க்கு மேல என்ன தீர்வு, இன்னொரு கொழந்தையவா சுமக்க முடியும் அதையாவது இப்படிக் காவு கொடுக்காம வாழ வைக்க முடியுமா?

“நம சிவாய”

அந்த தை மாத முழு நிலவில் அகோரிக்காகக் காத்திருந்த இடத்தில் அன்னதானம் நடைபெற்றுக்கொண்டிருந்தது. பல ஆண்டுகளாக காரைக்குடியிலிருந்து வரும் அக்குடும்பமும் அவர்கள் சொந்தமும் அன்னதானம் செய்து வருகிறதாம். வலம் வந்துகொண்டிருந்த மக்களின் கூட்டம் குறையவே இல்லை. ஒவ்வொரு பவுர்ணமிக்கும் கூட்டம் கூடத்தான் செய்கிறது. ஒவ்வோர் ஊரிலும் ஐயப்பா சேவா சங்கம், சாய்பாபா மன்றங்கள், ஆதிபராசக்தி வழிபாட்டு கூடங்கள் போலே, சதுரகிரி பக்தர்கள், திருவண்ணாமலை, பர்வதமலை என்று பக்த சங்கங்கள் பெருகி

வருகின்றன. ட்ராவல்ஸ் வைத்து நடத்திக்கொண்டிருந்த நான் மீனுவுக்குப் பிறகு எல்லா வண்டிகளையும் விற்றுவிட்டேன்.

“எல்லாம் எங்க சந்ததிகளுக்குத்தான் ஸார், புண்ணியம் சேர்க்க காசில்லாததால உடலுழைப்பு தரேன்” என்றபடி விடுதி மேலாளர் மும்முரமாக அன்னதானப் பணிகளை மேற்கொண்டிருந்தார்.

அவரவர்கள் தங்களது சந்ததிகளுக்காக பாவங்களைக் கழிக்கிறார்கள், புண்ணியங்களைச்சேர்க்கிறார்கள், என்னவெல்லாமோ செய்கிறார்கள். மீனுவுக்காக நான் இனி ஒன்றே ஒன்றைத்தான் செய்ய முடியும்.

நீதி என்பதோ நமசிவாய என்பதோ நமக்கு நாமே சொல்லிக்கொள்ளும் ஆறுதல்தான். அது கிடைக்கவில்லை என்றாலும் தேடல் இருந்தால் விடுவதில்லை. தீர்ப்பில் வந்த பத்து லட்சத்தையும் பெற்றுக்கொள்ளாமல் மேல் முறையீடு செய்வது வீண் என்றாள். அவளை அடித்திருந்தால் கூட இத்தனைக் குற்றமாக மாறியிருக்குமா தெரியாது.

“ஓ உனக்கு பணம் போதும்னா..?” என்று தொடங்கிய அவற்றைக் கேட்டிருக்கக் கூடாது. அன்றுதான் என்னைச் சபித்தாள்.

‘உன் வார்த்தைகளே உன்னை திங்க ஆரம்பித்துவிடும்டா’

என்னளவில் மனிதர்களுக்கான இடம் சீழ் பிடித்திருந்தது. அதில் சக்தியும் கன்ராஜும் கூட அடக்கம். மனதளவில் அவர்களோடு எந்த ஒட்டுதலும் இல்லை. அவர்கள் என்னோடு பயணித்துக் கொண்டிருந்தார்கள். ஆதலால் நானும்.

எட்டு வருடங்களிருக்கும், அந்த சம்பவம் நடந்த சில மாதங்களிலேயே முடிச்சூரிலிருந்து ஊரப்பாக்கத்திற்கு இடம் பெயர்ந்தோம். சக்தி வேலையை மாற்றிக்கொண்டாள்.

வழக்கு போடுவதற்காக அலையும்போதே பெரிய பெரிய பிரச்சனைகள் வந்தது. முதலில் எம்.சி.ஓ.பி ஏஜெண்ட்டுகளை சமாளிப்பதற்குள்ளேயே வழக்கு போடுவது குறித்த அவசியம் இருக்கிறதா என சந்தேகம் வந்துவிட்டது. பின்னர் கம்யூனிஸ்ட் அலுவலகத்திலிருந்தே தோழர் ஒருவர் வந்திருந்தார். அவரது ஆலோசனைப்படி மூத்த வக்கீலைச் சந்தித்தோம்.

வழக்கு ஆரம்பிக்கும்போதே இரண்டு மூன்று வருடம் ஆகும் என்று சொன்னார்கள். ஆகிவிட்டது. ஏழரை வருடங்கள்

ஆகிவிட்டது. இதற்கிடையில் எத்தனை சமாதானத் தூதுகள்? மிரட்டல் தூதுகள்? தீர்ப்பாயம் கொடுத்த அபராதம் எனும் கண் துடைப்பு.

அன்றும் அப்படித்தான். மேல்முறையீட்டிற்காக வக்கீல் தோழரோடு ஃபோனில் பேசி முடித்தபோது..

"மாமா!! இன்னும் எத்தனை வருசம்தான் போராட முடியும்..? இப்பலாம் யார் யாரோ ஃபோன் பண்ணி மிரட்டுறாங்க"

"சீ... நீயெல்லாம் ஒரு மனுஷியா... உன் கர்ப்பத்துல தான சுமந்த அவளை? உனக்காகத்தாண்டி நான் சட்டத்தோட போராடிக்கிட்டு இருக்கேன். இல்லன்னா எம்மீனு போன எடத்துக்கே எல்லாத்தையும் அனுப்பி வச்சுருப்பேன். அவனுக்கும் புள்ளைக்குட்டி இருக்கும்ல"

"எனக்காகன்னு மட்டும் சொல்லாத மாமா"

அவள் அவ்வளவுதான் சொன்னாள். எனக்கு எங்கள் காதலைக் கொல்லும் வார்த்தைகள் தெரிந்து வைத்திருந்ததை அன்றைக்கு தான் தெரிந்துகொண்டேன். அன்று முதல் ஒருவரையொருவர் முகம்பார்த்துக் கூட பேசியதில்லை. சமையல் உட்பட எல்லாமே சைகையிலும் தேவைப்பட்டால் ஒரு சில சொற்களும்தான். ஆனாலும் அவள் என்மேல் அதுவரை கொள்ளாத வைராக்கியத்தை ஏதாவது ஒரு வகையில் அவ்வப்போது ஏசிவிட்டுக்கொண்டு தான் இருந்தேன்.

"கொள்ளைல போவா.. உன்னையப் போயி நாய் மாதிரி தொறத்தி வந்தேனே... சீ.."

ஒருநாள் செய்தியிலேயே என்று வழக்கை வாபஸ் வாங்கச்சொல்லி மிரட்டுறாங்க என்று எதிர்கட்சி சேனலில் பேட்டி கொடுத்தேன். சென்ற மாதத்தின் கிரிவலத்தின்போது எதிர்பாராத அளவு வீட்டுக்குள்ளேயே புகுந்து சக்தியை மிரட்டியிருக்கிறார்கள்.

சக்தியின் பயத்தைப் போக்குவதற்காக, சில வருடங்களுக்குப் பிறகு அவளோடு கட்டிலில் ஒன்றாக உறங்க ஆரம்பித்தது கடந்த பவுர்ணமியிலிருந்து தான்.

★★★

அன்று அகோரிக்காக காத்திருந்து மணி 11:30 ஆகிவிட்டது. அநேகமாக அவர் வரமாட்டார் என்று சிலர் கிளம்ப

ஆரம்பித்துவிட்டனர். நான் சந்தேகித்தது போலவே அகோரி அவர் தான்.

அவரது தோற்றம் இன்னும் வேறாகியிருந்தது. என்னைப் பார்க்கும்போதே ஓர் ஏளனச்சிரிப்பு இருந்தது. ஒவ்வொரு பௌர்ணமியிலும் அதிகபட்சம் 10 பேருக்கு தான் ஆசி வழங்குவார்..

இரண்டு கற்கள் மீது தண்ணீர் தெளிக்க அவ்விரண்டும் இரண்டடி வரை எழுந்து ஒன்றோடு ஒன்று முட்டிக்கொண்டு கீழே விழுந்தது. எனக்கு இதைப் பார்க்கையில் எதுவும் ஆச்சரியப்படுத்தவோ பயமுறுத்தவோ செய்யவில்லை. அவை பெரும்பாலும் செய்வினை வைப்பதும் எடுப்பதுமான சடங்குகள்தான். உடனிருந்த இருவர்களில் ஒருவன் அவ்வப்போது சங்கை எடுத்து சப்தத்தோடு ஊதினான். பத்தடி தாண்டி சாலைகளில் செல்பவர்கள் வலம் வந்தபடியே அரோகரா அரோகரா என்றபடி சொல்லிக் கொண்டிருந்தார்கள். அகோரி இந்தி, தமிழ், தெலுங்கு, நல்ல மேற்குலகத் தரத்துடன் கூடிய ஆங்கிலம் என மாறி மாறிப் பேசிக்கொண்டு இருந்தார். கற்களைத்தானே மேலெழும்பச் செய்ய முடியும் மீனுவை கொண்டுவர முடியுமா?

என் முறை வந்தது.

"Tell me u dog"

அவருக்கு என் மீது கோபமிருந்தது போல் தெரியவில்லை. நான் ஏன் அழ ஆரம்பித்தேன் என்று இப்போது வரை தெரியவில்லை.

"அவனுங்க சாகணும், என் மீனுவைக் கொன்னவங்க அதற்கு உடந்தையா இருந்தவங்க அதிகாரிங்க.. இதை கண்டுகொள்ளாம விட்ட எல்லாரும் நாசமா போகணும். அந்த முதலமைச்சரும், மறந்து போன எல்லோரும் தான்.."

மீண்டும் என் தலையில் தன் தடியால் ஓர் அடி. இந்த முறை வலிக்காமல் ஒரு தட்டு தான்.

"உட்டோ"

கன்ராஜ் அவரிடம் வந்து "சாமி இப்ப வரைக்கும் கோர்ட் கேசுன்னு அலையுறான். வீட்ல இவனை நம்பியும் ஒருத்தி இருக்கா. அவளையும் மிரட்ட ஆரம்பிச்சிட்டாங்க. புள்ள சாகுறதுக்கு 14 நாள் முன்னாடி தான் பஸ்ஸுக்கு எஃப் சி பார்த்துருக்காங்க படுபாவிங்க. அதான் செஞ்சுட்டுருந்த தொழிலையும் விட்டுட்டு பைத்தியமா அலையுறான்"

“தூ.. உனக்கு மந்திரமெல்லாம் கெடையாது”

அவர் மேல் ஆத்திரம் வந்தது. அவர் கண்களையே பார்த்தேன். அது நான் பேசிய வார்த்தைகளை அதன் ஆழத்தை அதன் பற்களின் கூர் எத்தனை என்று பார்த்தது.

“எல்லாவற்றையும் கடந்துவிடு. எஞ்சியிருப்பது எது என்று கவனி. அவற்றை சரி செய். உனக்கு மந்திரமெல்லாம் வேலை செய்யாது”

“சாமி.. நீங்களே இப்படி சொல்றிங்களே”

“அரே ஜாவ்..”

என்றபடி கன்ராஜை தடியால் அடிக்க இருவரும் வெளியேறினோம். அதன் பின் நாலரை மணிக்குள் வலம் வந்து முடித்தோம். எதுவும் பேசிக்கொள்ளவில்லை.

கன்ராஜ் சமாதானப்படுத்தினான்.

“நாம எதுக்கு இங்கே அலையறோம்னு தெரியலடா. அவர் சொன்னதுல விடை இருக்கான்னு தெரியல. இன்னும் மூனு பவுர்ணமிக்கு வந்து பார்ப்போம்.. நல்ல தீர்ப்பு வாராமலா போகும்? அடுத்த வருசம் தேர்தல் வேற வருதுல்ல.. ஏதாச்சும் நடக்கும். இப்படியே தூங்காம கொள்ளாம இப்படியே தான் இருக்கப் போறியா? சக்தி மட்டும் தூங்கறான்னு நெனைக்கறியா?”

“ஏன் அவ சகஜமா தான இருக்கா?”

“நீ தான் சகஜமா இருக்க. உனக்கு நடந்தது யாருக்கு நடந்தாலும் இப்படித்தான் இருப்பாங்க. பழிவாங்கணும், ஞாயம் கெடைக்கணும்னு. ஆனா சக்தி தான்..”

“ஏன் அவளுக்கு என்ன?”

“எனக்குத் தெரிஞ்ச மெடிக்கல்ஸ்ல அவுங்க தொடர்ந்து தூக்க மாத்திர வாங்கிட்டு இருக்காங்க”

அதுவரை ஏன் சொல்லாமல் இருந்தான் எனக் கேட்டிருக்கலாம்தான். ஆனால் அதற்குப் பின் மவுனமாக ஊர் திரும்பினோம்.

★★★

அவன் வேண்டுதலும் ஒன்பது பௌர்ணமிகள் தான். அவனுக்கு சந்ததி இருக்கிறது. அவனுக்கு வேண்டுதல்கள் பூர்த்தியாகட்டும்.

நான் இந்தமுறை செல்லவில்லை. தொடர்ந்து அவனது அழைப்புகளையும் எடுக்கவில்லை.

“உடனடியா ஒரு கார் பிடித்து வா, அகோரி உன்னை சந்திக்கணும்னு சொன்னார்” எனத் தகவல் அனுப்பியிருந்தான்.

அப்போதும் கிளம்பவில்லை. கட்டிலில் படுத்துக்கிடந்தேன். தூக்கம் எப்போதும் போல வந்தது போல கலைந்து விளையாடியது.

மனதிற்குள்ளேயே சிவபுராணத்தை சொல்லிவந்தேன்.

புல்லாகிப் பூடாய் புழுவாய் மரமாகிப் பல்விருக மாகிப் பறவையாய்ப் பாம்பாகிக் கல்லாய் மனிதராய்ப் பேயாயக் கணங்களாய் வல்லசுர ராகி முனிவராய்த் தேவராய்ச் செல்லாஅ நின்றஇத் தாவர சங்கமத்துள் எல்லாப் பிறப்பும் பிறந்திளைத்தேன் எம்பெருமானே.

எதுவோ ஒன்று என்னை இங்கேயே நிறுத்தப் பணித்தது. மீண்டும் மீனுவைத் தேட ஆரம்பித்தேன். நீலம் கொஞ்சம் கொஞ்சமாய் வெளுத்துக் கொண்டிருந்தது.

சக்தி கண் விழித்தால் வழக்கம் போல் ஜன்னல் வழி நட்சத்திரங்களை எண்ணிக் கொண்டிருப்பதாய் தலையில் அடித்துக்கொள்வாள்.

“மாமா தூங்கலையா?”

“சக்தி நீயும்?” என்று கேட்டபடியே ஜன்னலைப் பார்த்துக்கொண்டிருந்தேன்.

“மீனுவ நட்சத்திரமா பாக்குறியா மாமா?”

“அவளைத் தேடிக்கிட்டே இருக்கிறேன் சக்தி. என்னைக்கு அவுங்களுக்கு தண்டனை கிடைக்குதோ அன்னைக்கு என் கண்ணுக்குத் தெரிவா”

ஜன்னலைப் பார்த்துக்கொண்டே அவளைக் கேட்டேன்.

“ஏம்மா கேட்குறேன்னு கோச்சுக்காத. மீனுவை நீ தேடலையா?”

“நான் தேடலை மாமா. அவ இன்னும் எனக்குள்ளத் தான் இருக்கா, எங்க இருந்து வந்தாளோ அங்கத்தான் இருக்கா... உனக்கு நட்சத்திரமா பார்க்கணுமா மாமா. நானும் அவளை அப்படித்தான் பார்த்துக்கிட்டு இருக்கேன். நமக்குள்ளயும் எல்லாமே இருக்கு தான”

‘எஞ்சியிருப்பவள்’

யாரோ என் காதில் வந்து சொன்னது போல் இருந்தது. நல்ல தெளிவான வெண்கலக் குரல், நிச்சயமாக என் புறச்செவிகள் உணர்ந்த வார்த்தைத்தான். ஒருவேளை அவற்றை நான்தான் சொன்னேனா? இல்லை அது அகோரிதானா?

“எஞ்சியிருக்கும் ஒன்றே ஒன்று”

மறுபடியும் அது தொடர்ந்தது.

“உனக்கு மந்திரமெல்லாம் பலிக்காது. எஞ்சியிருக்கறத காப்பாத்திக்கொள், அதைப் பாதுகாத்துக்க, பத்திரப்படுத்திக்க. ஆனா எடுத்த காரியத்தை நிறுத்தாத”

அவள் எழுந்து அமர்ந்தபடி என்னைத் தலை சாய்த்துப் பார்த்தாள். உதடுகள் வலப்புறமாய் குவிந்திட, அவள் கண்களில் முத்தமிட்டேன். வலது இடது. மீண்டும் ஒருமுறை. மீனுவைப் போல் என்மீது தன்னைக் கிடத்தியபடி தலைசாய்த்துக் கொண்டாள். பேச்சற்று இருந்த என்மீது தூங்கியே போனாள். அது மீனுவின் வாசமாக இருந்தது. மீனுவுக்குத் தான் சக்தியின் வாசம். மீனுவைப் போலே அவள் பின்னங்கழுத்தில் என் இரண்டு விரல்களை வைத்துக் குவித்தும் நீவி விட்டும் அவளை உறங்க வைத்தேன்.

எஞ்சியிருப்பது சக்தி மட்டுமே.

அவளுக்காகத்தான் இனி எல்லாமும். மீனுவுக்கு நடந்ததைப் போன்று ஒவ்வொரு வருடமும் ஓட்டை விழுந்த பேருந்துகள் பற்றிய செய்திகள் வெளிவருகின்றன. ஆழ்துளைக் கிணறுகள் போலே இன்னும் எத்தனையோ இடர்கள் தொடர்ந்து கொண்டிருக்கின்றன.

ஆனால் சக்திக்காக இத்தனை நாட்களில் நான் என்னதான் செய்திருக்கிறேன்.

கன்ராஜிடமிருந்து மறுபடியும் ஒரு குறுந்தகவல் செய்தி. நான் பார்க்கவில்லை. இருப்பினும் அவன் என்ன அனுப்பியிருப்பான் என எனக்கு ஏற்கனவே தெரிந்திருந்தது.

நமசிவாய..

வளர்பிறை

"அப்பா நான் பாத்துக்கறேன். நீங்க போயிட்டு வாங்க"

"சரிப்பா"

"ஹாஸ்பிட்டல் கேண்டீன் வேணாம். அஞ்சரை மணி ஆச்சுல்ல பஸ்ஸ்டாண்ட் கிட்ட இருக்கும் கடைல போய் காபி சாப்பிடுங்க"

"சரிப்பா"

"மறுபடியும் ப்ரிண்ட் போட்டு கொண்டு வந்துருக்கேன். நீங்களே போய் வீட்ல வச்சுருங்க"

அப்போது இதயத்தின் கனம் இருமடங்காகக் கூடியிருந்தது அவருக்கு. தொங்கிய முகத்துடன் அறையிலிருந்து வெளியேறினார்.

★★★

மருத்துவமனை நெடி அவர்மீது வீச ஆரம்பித்து இரண்டு மாதங்கள் ஆயிற்று. காபி மிடறு மிடறாய் இறங்குவதைப் போலவே அந்த சில மணித்துளிகளில் கடந்த இரண்டாண்டுகளும் உருளத் தொடங்கின. ரகு நைட் ஷிஃப்ட் பார்த்திருப்பதால் சனிக்கிழமையாவது ஓய்வு எடுக்கவேண்டும் என்று குளித்துவிட்டு உணவு எடுத்துக்கொண்டு முடிந்தமட்டும் விரைவாகத் திரும்ப வேண்டும் என்கிற பதற்றத்தில் அவர் இருந்தார்.

பேருந்து நகரை விட்டு ஆற்றுப்பாலத்திற்கு வந்திருக்கும் வேளையில், கதிரவனின் ஒளி ஆரங்கள் கலங்கிய ஓடை போல் தன்னைச் சுருக்கிக்கொண்டு நதியின் வண்ணத்தை மாற்றியிருந்தது. ஆற்றின் மறுகரையில் படித்துறை. ஏழெட்டு புரோகிதர்கள் டோக்கன்படி காத்திருக்கின்ற வாடிக்கையாளர்களின் இறந்து போன உறவுகளுக்கு பிண்டங்களை வைத்து சடங்குகள் செய்து கொண்டிருந்தனர்.

'ஆடி அமாஸ்யை' என்று தனக்குள்ளேயே சொல்லிக்கொண்டார்.

கண்ணனுக்காக தர்ப்பணம் கொடுத்த நாள் வந்து போனது. சாகுற வயசாடா உனக்கு என்று அவர் உச்சரித்த ஸ்லோகங்களையெல்லாம் கண்ணனைத் திட்டுவதாகவே தோன்றியது. தனது வாழ்வின் ஒரு பாதியை முழுமையாக அர்த்தமிழக்கச் செய்துவிட்டான் என்கிற வேதனை.

செல்பேசி.

"ப்ரகாஷா? நல்லாருக்கியாப்பா"

"..."

"உன் வீட்டுக்காரி சவுக்கியமாப்பா?"

"..."

"அம்மா.. இருக்காப்பா. இப்ப பஸ்ல போயிட்ருக்கேன். வீட்டுக்குப் போனதும் கூப்டட்டுமா?"

இப்போதெல்லாம் பொசுக்கென அவருக்கு கண்ணீர் வந்துவிடுகிறது.

அண்டை வீட்டில் உள்ளோரோடு நல்ல பழக்கம் உடையவர் என்றாலும், சில காலமாக யாரோடும் பேசுவதில்லை. அவர்களும் இவரைத் தொந்தரவு செய்வதில்லை. வீட்டிற்குள் வந்ததும் சோஃபாவில் கொஞ்சநேரம் அமர்ந்திருந்தார்.

★ ★ ★

தீராத.. ஆனால் வெளிப்படுத்த முடியாத கோபம் அவர் முதுமையைக் கூட்டிக்கொண்டே இருந்தது. உண்மையில் உடலில் இல்லாத திராணி அது, தன் மனைவி கீழே விழுந்து மருத்துவமனையில் சேர்க்கப்பட்டு இரண்டு மாதங்களாகிறது. எல்லாமும் இவர்தான். ரகுவிற்குப் பெண் பார்த்து முடிவாகிவிட்ட நேரம் இப்படி நடந்துபோக.. திருமணம் ஒத்தி வைக்கப்பட்டது. இன்னும் எத்தனை காலம் ஒத்திப்போட முடியும் என்கிற கவலை அவரையும் தளர்த்த ஆரம்பித்து இருந்தது.

அவரது மனைவி ஐ.சி.யுவிலிருந்து தனி அறைக்கு வந்தும் கிட்டத்தட்ட ஒரு மாதம் ஆகிவிட்டது. திருமணத்திற்காக வைத்திருந்த பணம் இன்னும் சில நாட்களில் காலியாகிவிடும். அவரது மனைவி விழுந்த அதிர்ச்சியிலிருந்து இன்னும் மீளவில்லை என டாக்டர்கள் சொல்கிறார்கள். தவிர இரத்தக்கொதிப்பும் கட்டுக்குள் வாராததால் தொடர்ந்து கண்காணிப்பில் வைத்திருக்கப்

பணித்துவிட்டார்கள். சந்திராவும் யாருடனும் பேசவில்லை, கணவரின் கேள்விகளுக்குக்கூட தலை மட்டும்தான் ஆட்டுவார். ரகு எந்த உணர்வையும் வெளிக்காட்டிக் கொள்ளாதவன். திருமணம் தள்ளிப்போகும் அழுத்தமும் அம்மாவின் உடல்நிலையை பாதிக்கும் என்பதால் அவனும் ஒன்றும் நடக்காதது போலவே இருந்தான்.

சந்திராவின் ஒரே செய்கை ஜன்னலை நோக்கிக் கை உயர்த்துவது. கை உயர்த்தியபடியே பல நிமிடங்கள் வைத்திருப்பார். தன் மனைவி என்ன கேட்கிறார் என்று அவருக்கே தெரிவதில்லை. சில சமயம் கடிந்துகொள்ளவும் செய்வார். ஏ.ஸி அறையில் எப்படி ஜன்னலைத் திறப்பது என்று தெரியாதவள் அல்ல என்று அவருக்குத் தெரியும். இருந்தபோதும் சந்திராவின் அடம் அவருக்குப் பல நேரங்களில் கோபத்தையே தந்தது.

“என்னன்னு சொல்லித் தொலை”

சந்திராவால் பேச முடிந்தும் ஏன் பேசாமல் இருக்கிறார் என டாக்டர்களே குழம்பினர். ஐ,சி.யுவிலிருந்து மாறியதைத் தவிர ஒரு முன்னேற்றமும் காணாமல் ரகுவும் இவருமாக மாறி மாறி சந்திராவைப் பார்த்துக்கொண்டிருந்தனர்.

★★★

அவர் குளியலறையில் இருக்கும்போது இருமுறை அழைப்பு வந்தது, ப்ரகாஷ் தான்.

“ப்ரகாஷ் என்னப்பா. ஸாரி குளிச்சிட்டு இருந்தேன். கூப்ட்டத மறந்துட்டேன்”

“...”

“ரகுட்ட பேசுனியாப்பா? ஆமாப்பா.. அவளை விட எட்டு வயசு பெரியவன். முதல்ல நான்தான் போகணும்னு சொன்னா உன் அம்மா கேட்கிறாளா”

“...”

“அப்படியா.. நானா..?”

“...”

“இல்லப்பா அழலாம் இல்லை, அதயெல்லாம் கடந்தாச்சு. இன்னொரு பிள்ளையும் இருக்கறான்னு சந்திராதான் நினைக்கல. ஆனா நானும் அப்படியே இருக்க முடியுமாப்பா?”

"..."

"அவனுக்கென்ன படிச்ச உடனே சம்பாதிக்க ஆரம்பிச்சான். இன்னிக்கு வரை ஆறு லட்சமாகியிருக்கு. மொத்தமும் அவன் கல்யாணத்துக்கு சேர்த்து வச்சதுதான். அவ சித்தபிரம்மை புடிச்சது மாதிரி கண்ணனைத்தான் நெனச்சுக்கிட்டு இருக்கா. நீயே சொல்லு.. செத்தவன் என்ன திரும்பியா வருவான்?"

"...“

"தெரியும். எனக்கு நீ வேற கண்ணன் வேற கெடையாதுப்பா.."

"என்னது இந்தியா வந்துருக்கியா! இங்க வர்றியா..?"

"..."

"சரி உனக்கும் சேர்த்து சாப்பாடு எடுத்துட்டு வரேன்.. இல்ல இல்ல.. எடுத்துட்டு வரேன்"

அவன் பேசி முடிப்பதற்குள் துண்டித்தார்.

★★★

மருத்துவரைப் பார்ப்பதைத் தவிர வேறு எதற்கும் வெளியே வராத சந்திரா பிரகாஷின் திருமணத்திற்கு முன்னின்று வேலைகள் செய்தாள். வேலைகள் செய்தாளே தவிர அவள் யாரோடும் பேசவோ சிரிக்கவோ இல்லை. ஆனால் அவள் அழுததும் தான் இல்லை. கண்ணனின் மரணச்செய்தியை ப்ரகாஷ் மூலம் அறிந்தபோது அவன் பெயரைச் சொல்லி அமர்ந்தவள் தான். இறுதிச்சடங்கு முடித்து அவன் உடலை எடுத்துச் செல்லும்போதும் அழாமல் வெளியே வந்து நின்று இருந்தாள். எல்லோருக்கும் சந்திராவின் மீது பயம் வந்தது. அப்போது அவள் பலரோடும் பேச்சை நிறுத்திவிட்டாள்.

ப்ரகாஷ் வருவதற்கு முன்பே கண்ணன் வந்து தன்னை ஆற்றுப்படுத்திவிட்டுப் போய்விட்டான் என்று.. தான் சொன்னால் அதை யாரும் நம்ப மாட்டார்கள். சந்திராவைப் பொறுத்தவரை தான் உயிரோடு இருக்க கண்ணன்தான் காரணம் என்றும் தன் இதயத்தை பலமானதாக்கிவிட்டவன் அவன்தான் என்றாலும் வீட்டில் பிரச்சனைதான் மிஞ்சும்.

சந்திராவை குணப்படுத்த வேண்டுமெனில் கண்ணன் வாசித்த புத்தகங்கள், உபயோகித்தப் பொருட்கள் எவையும் வீட்டில்

இருக்கக்கூடாது என எல்லாவற்றையும் பழைய பொருட்கள் கடையில் விற்று விட்டார்கள். அன்றிலிருந்து ரகுவிடமும் அவள் பேச்சு வார்த்தை குறைந்துபோனது.

டாக்டரிடம் அழைத்துச் சென்றதில், அவரை மனநல மருத்துவரிடம் அழைத்துச் செல்ல அறிவுறுத்தினார். மனநல மருத்துவர் எந்தவிதமான ட்ரீட்மெண்ட்டையும் ஆரம்பிப்பதற்கு முன்னரே அவரிடம் சகஜமாகப் பேசினார். அது கண்ணனும் மனநல ஆலோசகர் என்கிற காரணத்தால்தான் என டாக்டரே பதில் சொன்னார். சந்திராவின் தூக்கத்திற்கான மருந்துகளை மட்டும் பரிந்துரைத்தார். சந்திராவைப் பரிசோதித்ததில் சந்திரா இன்னமும் கண்ணனுடன் பேசிக்கொண்டும் வாழ்ந்துகொண்டும் இருப்பதாகச் சொன்னதைத் தெரிவித்தார். ரகுவுக்குமே அம்மா மீது முதலில் கடுங்கோபம் இருந்தது. டாக்டர் அவரது நிலையைச் சொல்லவும் துடித்துவிட்டான். அன்று முதல் அவர்களது வீட்டில் சந்திராவை ஒரு குழந்தையைப்போல் இருவரும் பார்த்துக்கொண்டார்கள்.

தூக்க மாத்திரை போட்டு இருந்தாலும் அவ்வப்போது தூக்கம் கலைந்து எழுந்துவிடுவார். பெரும்பாலும் அவர்களது வீட்டின் டைனிங் டேபிளில் இருள் கவிழ்ந்திருக்கும் இடத்தைப் பார்த்தபடியே அமர்ந்திருப்பார். என்னதான் சந்திராவின் நிலை தெரிந்தாலும், சந்திராவின் கணவர் ஒருநாள் கண்ணனின் ஃபோட்டோவைக் கீழே போட்டு உடைத்துப் போடவும், சந்திராவின் அழுகை சப்தம் முதன்முறையாக அந்த தெருவிற்குள் கேட்டது. அடுத்த நாளே சமையலறையில் கீழே விழுந்து இடுப்பிலும் தலையிலும் காயம் உண்டானது.

★★★

மர பெஞ்சை தூக்க முடியாமல், டைல்ஸ் தரையில் இழுத்துக்கொண்டே வந்து அதன் மீது தடுமாறியபடி ஏறி, கண்ணனின் ஃபோட்டோவை மாட்டினார். அப்படியே தள்ளாடி கீழிறங்கினார். சப்தமே இல்லாமல் கண்ணீர் பெருக்கெடுத்தது.

கண்ணாடியில் தன் முதுமையின் கோரம் இத்தனை வலிமையானதாக இருந்திருக்கத் தேவையில்லை எனத் தோன்றியிருந்தது. வெடித்து அழ ஆரம்பித்தார்.

‘ஏ... கண்ணா.. கண்ணா!!! என்னைக் கொஞ்சம் கொஞ்சமா கொன்னுட்டுருக்கியே.. அம்மா பிள்ளை... அம்மா பிள்ளைன்னு...

அவளையும் என்கிட்ட இருந்து பிரிச்சிடாதடா. உன் தகப்பனை ஏன்டா இப்படி தெனம் தெனம் கொடுமைப்படுத்தற, அந்தப் பைத்தியக்காரிக்கு நான் வேணாம போகட்டும், இன்னொரு புள்ளை இருக்குதுன்னு தெரியாதா?'

தன்னை மீறிய கோபத்தில் அழுதபடியே அருகிலிருந்த டைனிங் டேபிளில் அமர்ந்தார். திடீரென எங்கிருந்தோ வந்த காற்றின் வேகம் திறந்திருந்த வீட்டின் கதவை சாத்தியது. அதேநேரம் பெட்ரூமின் ஜன்னல் வழி வந்து கொண்டிருந்த அதே காற்று பெட்ரூமின் கதவைத் தள்ளியது. கீழே வைத்திருக்கும் தக்கை சிக்கி பாதி மட்டும் கதவை சாத்தியிருந்தது. அந்த கணமே மின்சாரம் போக, வீட்டில் சொற்ப வெளிச்சம் பெட்ரூமின் ஜன்னல் வழி மட்டுமே வந்தது. சரியாக அவ்வெளிச்சம் டைனிங் டேபிளில் தலை வைத்திருந்த அவரது மீதும் குறுக்காக விழுந்தது. எதிர்புறமிருந்த இருட்டிலிருந்து மெல்லியதாய் ஒரு குரல்..

"அப்பா"

"யாரது.. யாரதெ"

"அப்பா நாந்தான்ப்பா..."

"எ... என். என்னது"

"ஈஸ்வரா.... என்னால நம்ப முடியலை.... யார் நீ"

நிசப்தமாய் சில விநாடிகள்.

"கண்ணா... நீயா! என்ன வாழ்க்கடா இது"

"பதட்டப்படாதிங்கப்பா... இதுதான் வாழ்க்கை. ஒரு மரணத்தால் கூட சில சங்கிலிகள் அறுபடாது அப்பா"

"ஐயோ வேண்டாம்ப்பா போயிடு.."

"நான் தான் போய்ட்டேனேப்பா"

அவருக்கு இப்படியான சண்டை கண்ணனோடு எப்பவும் இருக்கிறதுதான். கண்ணன் இறந்த அன்றுகூட 'போய்த்தொலை என்று திட்டினேனே அது உண்மையாகிடுச்சே' என்று தலையில் அடித்தபடி அழுதார்.

காற்றின் பலம் கூடுதலாக இருந்தது, அவர் உடலின் உஷ்ணத்தைக் கட்டுப்படுத்தியது.

“அப்பா, இந்த ஒருமுறையாச்சும் கவனிங்கப்பா. அம்மாவ விட நான் உங்களை நினைச்சுத்தான் அதிகம் கவலைப்படுறேன். நானும் அம்மாவும் ரகுவை விட உங்களப் பத்திதான் அதிகம் பேசுவோம்”

“என்னால எதையுமே கேட்க முடியலை.. எப்படி என் உடம்பு இந்த உசுரை இன்னும் தாங்குது. தயவு செஞ்சுப் போயிருடா கண்ணா”

“போகும் காலம் வந்துருச்சு அப்பா. உடம்பு உசுரை தாங்குறதுன்னு சொல்றது தப்புப்பா. நம்ம உசுர்தான் உடம்பைத் தாங்குது. இன்னும் ஒரேயொரு விசயம்தான் சொல்வேன். நீங்க விரும்புற மாதிரி நான் புறப்படும் காலம் வந்துவிட்டது”

“...”

அவன் அவற்றைச் சொன்னான்.

★★★

ரகு ஃபோனில் அழைத்து, ப்ரகாஷ் வந்திருப்பதாய்ச் சொல்லும்போதே அப்பாவும் மருத்துவமனைக்குப் புறப்பட்டுவிட்டதைச் சொன்னார்.

“அப்பா!!”

“ப்ரகாஷ்.. எங்க ரகு?”

“அம்மாக்கிட்ட”

“நீ வேணும்னா கிளம்பு”

“இல்லப்பா ப்ரகாஷ் பார்த்துட்டு வரட்டும். அவனை வீட்ல விட்டுட்டு, நம்ம வீட்டுக்குப் போறேன்”

“அவனை வீட்ல விட்டுட்டு அப்படியே படித்துறைக்குப் போறியா”

“அப்பா..”

“ஆடி அமாவாசைக்குத்தானே ரகு”

“அண்ணனுக்குப்பா”

“அப்போ அவனும்..”

அதற்குள் ரகுவுக்கு அட்வகேட்டிடம் இருந்து ஃபோன் வந்தது.

“அப்பா MCOP கேஸ் ரிவார்ட் ஆகிருச்சாம்”

ரகு சொன்ன பதிலை முழுவதுமாக உள்வாங்கிடாது சந்திராவின் அறையை நோக்கி நடந்து கொண்டிருந்தார். ரகுவும் கண்ணீர் விட்டபடியே அப்பாவைத் தொடர்ந்தான்.

உள்ளே சந்திரா ப்ரகாஷின் தலையில் கை வைத்தபடி ஜன்னலைப் பார்த்துக்கொண்டிருந்தார். ப்ரகாஷ் சப்தமில்லாமல் அழுது கொண்டிருந்தான். மெதுவாகக் கதவைத் திறந்து உள்ளே வந்த அவரது கணவரின் நெற்றியில் குங்குமம் இருந்ததை கவனித்தார். உடல் சிலிர்க்கத் தொடங்கியது. ப்ரகாஷும் அவரைக் கண்டதும் 'அப்பா' என எழுந்தான். அவன் தோளில் கைவைத்து அமர்த்திவிட்டு சந்திராவின் அருகில் சென்று பாக்கெட்டிலிருந்த காகித பொட்டலத்தை திறந்து குங்குமம் எடுத்து சந்திராவின் நெற்றியில் வைத்தார்.

இத்தனை நாட்களில், ஏன் கண்ணனின் மரணத்திற்கு பின்னர் இதுவே முதல்முறை. சந்திராவுக்கு கண்ணீர் வருவது இரண்டாம் முறை.

"உன் வீட்டுக்காரி எங்கப்பா?"

"ஸ்டேட்ஸ்ல இருந்து வந்து இது மூனாவது நாள். அவளுக்கு இன்னமும் ஜெட்லேக் போகல. காலைல வரேன்னுதான் எழுந்தா. ஆனா மயக்கமா இருக்குன்னு படுத்துட்டா"

"பரவால்லப்பா.. அது" வேறு ஏதோ கேட்க வந்து நிறுத்திவிட்டு, சந்திராவைப் பார்த்து திரும்பினார். சந்திராவின் முகத்தில் குழப்பங்கள் தென்பட்டன. அவள் இருவரையும் வித்தியாசமாகப் பார்த்தார். அதற்குள் ரகு உள்ளே வந்து அப்பா அண்ணன் கேஸ்ல ரிவார்ட் ஆகிருக்குப்பா.

"ப்ச்ச்"

"ஸாரிப்பா"

"எனக்கு ஏன்டா ஸாரி சொல்லுற?" என்றபடியே ரகுவின் தோளைத் தட்டிக்கொடுத்தார்.

ப்ரகாஷின் ஃபோனிலிருந்து சப்தம். அழைப்பை எடுத்தபடி அறையை விட்டு வெளியேறினான். ரகுவும் அவனோடு நகர்ந்தான். இருவரும் வெளியேறிய பின்னர் மெதுவாக வந்து சந்திராவின் காதருகே சன்னமான குரலில் கேட்டார்.

"நம்ம ப்ரகாஷ் கல்யாணம் பண்ண பொண்ணு, கண்ணனுக்கும் ஃப்ரண்டு தானா?" என்று கேட்டார்.

அவர் மனதில் பிரகாஷ் கல்யாணத்தில் சந்திரா அத்தனை வேலைகளையும் முன்னின்று செய்தது நினைவில் திரையாக ஓடியது. சந்திரா அவரையே பார்த்துக்கொண்டிருந்தாள். திடீரென சந்திராவின் நெற்றியில் முத்தமிட்டார்.

"என்ன மன்னிச்சுடு சந்திரா"

அதற்குள்.

"அப்பா..!"

ப்ரகாஷின் குரல் உற்சாகமாய் வெளிப்பட்டது. அறையை விட்டு வெளியே வந்து ப்ர்காஷிடம் என்னவென்று விசாரித்தார்.

"நல்ல விசயம்தான் ப்ரகாஷ்.."

"அம்மாகிட்ட நம்ம கண்ணன் திரும்பவும் வருவான்னு சொல்லவாப்பா. அம்மா ஒருவேளை உளவியலா மாறலாம்லயா?"

"அது தேவைப்படாதுப்பா. ஒரு உசுரு புதுசா உன்னையும் உன் மனைவியையும் தேர்ந்தெடுத்துருக்கு. நீங்க அதற்கு உடல் கொடுக்கப்போறீங்க. இந்தச் செடி விருட்சமாகி, அதுவும் விருத்தியடைஞ்சு புது வனம் உண்டாகும். அத ப்ரகாஷோட புள்ளையாவே நாங்களும் எடுத்துக் கொஞ்சுவோம். கண்ணன் நம்ம எல்லோரோடைய ஆரோக்கியத்துலயும், சந்தோசத்துலயும் ஒருநாள் எதுவாகவோ மாறுவான். அதுவரை கண்ணன் இன்னொரு உரு எடுக்கமாட்டான்"

"அப்பா"

"கண்ணன் எங்களோடதான் பா இருக்கறான்"

மீண்டும் சந்திராவின் அறைக்குச் சென்று, அவள் எப்போதும் கை தூக்கி காண்பிக்கும் ஜன்னலை முழுமையாகத் திறந்துவிட்டார்.

தாமிரத் தழும்புகள்

லயன்ஸ் டவுன் சகாய மாதா ஆலயத்தின் திருப்பலி நிகழ்வைத் தவிர அந்த நகரம் நிசப்தத்தை திரைச்சீலையாகக் கொண்டிருந்தது. எல்லாவிதமான கொந்தளிப்பிற்கும் தயாராக இருந்த அவ்வூர் மக்களைப் புரிந்துகொண்ட அந்த அரசு மிகச் சாதுர்யமாக அன்று நடந்த ஊர்வலத்திற்கு எந்த இடையூறும் செய்யவில்லை.

'தந்தை மகன் தூய ஆவியாரின் பெயராலே..' கனத்துப் போயிருந்த அக்குரலை அச்சபையிலிருப்போரும், மற்றவர்கள் யாருமே கூட அதற்குமுன் கேட்டிருக்கவில்லை.

பதிலுக்கு மிகத்தாமதமாக சபையின் குரல் ஒலித்தது.

...ஆமென்....

“நேத்து வாரேன்னியே, காணோம்”

“நேத்து ஸ்பெசல் க்ளாஸ் வச்சுட்டானுக ஹெலன்.. உனக்கென்ன நீ தேர்ட் க்ரூப் எடுத்துட்டு ஜாலியா இருக்க, +2 முடிக்கும்வரை சண்டே மாஸுக்கு வரவேணாம்னு ஃபாதர் அப்பாக்கிட்ட சொல்லிட்டாராம்”

“தெ நீ நம்புறியாக்கும்”

“சீ பே.. ரெண்டு பேரும் சின்ன வயசுல இருந்தே ஒட்டாளிக தெரியுமா”

“ஏபே என்ன உன்னை மாஸுக்கா வரலன்னு கேட்டன். நேத்து ரெஹெனா அக்கா, ப்ரின்ஸ் அண்ணா ரெண்டு பேரும் பேசிட்டு இருந்தாக. அவுங்க லைசன்ஸ் முடிஞ்சு போனத பத்தியும், விரிவாக்கம் செய்யப்போறத பத்தியும்”

“சாத்தானுவ.. எங்க ஊர்ல ஒவ்வொரு வீட்லயும் ஒருத்தன் பார்டர்ல இருக்கேன்னு சொல்லுவான். ஆனா ஊருக்குள்ள பண்ற அக்கிரமத்தை ஒரு பயலாச்சும் கேக்கானா”

“குமாரெட்டியாபுரத்துலயே ஒக்காரலாம்னு சொல்லுதாங்க. நாமளும் போவோம்பே”

“அப்பா பரிட்சை முடியுந்தண்டியும் விடமாட்டேருல”

“ஆனா நான் போவேன்ப்பா.”

‘ம் ஆண்டவர் இயேசு கிறிஸ்துவின் தந்தை இரக்கம் நிறைந்த கடவுள். அவரே ஆறுதல் அனைத்திற்கும் ஊற்று, அவரைப் போற்றுவோம்’

...ஆமென்....

ஆமென்ன்ன்.

20-க்கும் மேற்பட்ட பங்குத்தந்தைகளின் ஒருமித்த பிரார்த்தனையில் வேத வசனங்கள் அதனைத் தொடர்ந்து திருப்பலியின் முதல் பாடல்.

‘ஸ்வாமி பாதாளங்களிலிருந்து உம்மை நோக்கி கூப்பிடுகின்றேன்..

ஸ்வாமி என் சப்தத்தை கேட்டருளும்’

சோஃபியா மண்டியிட்டு அழுது கொண்டிருந்தாள். தனது தோளில் இருக்கின்ற காயத்தைவிட ஆழமான ஒன்றை அவள் உணர்ந்தாள். அதற்கெல்லாம் அர்த்தமே இல்லை என்று இந்த உலகம் தம்மைக் கைவிட்டதை ஏற்க மறுத்தது மனம்.

“அக்கிரமங்களில் அனைத்திலும் இருந்து, என் ஆயர் அவரே மீட்டருள்வார்”

“ஏபே நம்ம முருகன் தெரியும்ல, அவன் அம்மாக்கு கேன்சராமாம். ஏற்கனவே அவன் அப்பாவும் கேன்சர்ல செத்துப்போனதா தான சொன்னான். அதான் ஸ்கூலுக்கே வரலை. எப்படியும் டீஸி வாங்கிடுவான்னு அமல்ராஜ் சொல்லுதான்”

“ஸ்கூல் முடிஞ்சோனே போயி பாப்பமா”

“ஏ அவன் ஹைக்ரவுண்டு ஆஸ்பத்திரிக்கு போயிருக்கானாமாம்”

“ஏன் இங்கதான் புதுசா கேன்சர் ப்ளாக் கட்டிருக்காகளே. ஏன் இந்த கிறுக்குப்பய பாளையங்கோட்டை வர போயிருக்கான். அவன் அம்மா தான் பாவம்பே”

“சீ நீதான் புள்ள கிறுக்கு, இந்த ஊர்ல இருக்கறதனாலதான் கேன்சர் வருதுன்னு தாம் அவன் ஊரை விட்டே போய்ட்டான்”

“ஆனா கேன்சர் ப்ளாக்கே அவனுகதான கட்டிக் கொடுத்துருக்கானுக”

“அது ஒன்னும் நன்கொடை இல்ல எரும.. அந்த சாத்தானுங்களுக்கு கோர்ட் கொடுத்த தண்டனை. உனக்கு ஜேம்ஸ் அண்ணென் எதும் சொல்லலையா. ஞாயித்துக்கெழம தூங்க மட்டுந்தான் செய்வியோ நாயி”

அன்று சப்தம் போட்டு அழுதது, வற்றிப்போகாத கண்ணின் ஊற்று இன்றும் அவள் கண்களில் சொரிந்தது. முதல் சீட்டில் அமர்ந்திருந்தாலும் யாரும் கவனித்துவிடுவார்களோ என்கிற பதட்டம் வேறு. பேருந்து புறப்படும்போது டீவியில் போட்ட சிங்கம் படம் வேறு தலைவலியாக ஒருபுறம்.

...ஆமென்....

‘ஆண்டவரே, உமது இரக்கத்தை கெஞ்சி மன்றாடும் எங்களுக்கு செவிசாய்த்தருளும். உமது கட்டளைப்படி இவ்வுலகை விட்டகன்ற உம் அடியார் ஹெலனுடைய ஆன்மாவை அமைதியும் ஒளியும் நிறைந்த இடத்தில் வரவேற்று, உம் புனிதருடைய தோழமையில் சேர்த்தருள வேண்டுமென்று எங்கள் ஆண்டவராகிய கிறிஸ்து வழியாக உம்மை மன்றாடுகிறோம்..

செபிப்போமாக.’

“மக்கா அவளை ஏம்தே இங்கெ கூட்டி வரிய, போய் வீட்ல வச்சு ஆறுதல் சொல்லும்.. எப்படியும் ஊர்வலம் மாதா கோயில் வழியாவும் வரும்லா”

பங்கு தந்தையின் குரலாய் லூர்துசாமி என் அண்ணனிடம் சொல்ல. வலிமை மிக்க கரங்களால் சோஃபியாவை வீட்டுக்கு அழைத்துச் சென்றார்கள்.

ஆலயத்திற்கு வெளியே வந்தபோது “ஆண்டவனே என்னை ஏம் கைவிட்டீர்” என்று அவள் கத்தியபோது அவளோடு சேர்ந்து பலரும் அப்போது அழுதார்கள். ஆனால் இறுதி ஊர்வலத்திற்கு முன்பே அலாய்சியஸ் டாக்டர் வீட்டுக்கு வரவழைக்கப்பட்டு சோஃபியாவிற்கு ஊசி போடப்பட்டது.

“ஒன்னும் கவலப்படாத மக்கா.. ஹெலன் நட்சத்திரமா மாறிவிடுவா” டாக்டரின் குரல் பரிதாபத்தை காட்டியது.

‘ஆனா அவ விருப்பம் அது இல்ல டாக்டர்’ என்று சொல்லவந்தவள் தூங்கிவிட்டாள்.

"ஹெலென் ஆகிய நான் ஒரு வழக்கறிஞராக விரும்புகிறேன்"

சுப்பையா வித்யாலயாவில் நடந்த ஒரு பேச்சுப்போட்டியில் கலந்து கொண்டபோது ஹெலன் பேசியது ஞாபகத்தில் இருந்தது. அன்று தூக்கம் கலைந்து எழுந்தபோது செய்திகளில்தான் பார்க்க முடிந்தது. சத்யா தொலைக்காட்சியில் மறுஒளிபரப்பு செய்து கொண்டிருந்தார்கள்.

'டீவியை ஏம்மே போடுத நிறுத்தி தொலயும்' சோஃபியாவின் அண்ணன் அம்மாவை ஏச ஆரம்பிக்க, அழுதபடி அமர்ந்து கொண்டிருந்தாள்.

வீட்டு வழியே பேண்டு வாத்தியங்கள் முழங்க 10000 பேருக்கும் மேலாக கலந்து கொண்டார்கள் என்று டீவியில் சொன்னார்கள். ஊர்வலம் அவள் வீட்டு வழியாகத்தான் சென்றது.

"ஏ பே இவளே" என்று அடிக்கடி சொல்லும் அவள் வாய் சிதைந்திருந்தது. உயிர் பிரியும் வேளையிலும் தன்னை ஓடச்சொல்லி அசைத்த வாயினை அவளால் மறக்கவே முடியவில்லை.

"புது பஸ் ஸ்டாண்ட்லாம் இறங்குங்க". பையை எடுத்து மடிமேல் வைத்துக்கொண்டாள். ஒவ்வொருவராக இறங்கிக் கொண்டிருந்தார்கள். இறங்கிக் கொண்டிருந்தவர்களில் ஒருவன் காக்கி பேண்ட் அணிந்திருந்ததைப் பார்க்கையில் அணையாத கங்கிலிருந்து ஏதோ ஒன்று எரிய ஆரம்பித்தது அவளுக்கு. ஃபோனில் மணி பார்த்துக்கொண்டாள், காலை 05:15 என இருந்தது. கொந்தளிப்பு அடங்கிய அவ்வூரையே அவளுக்குப் பிடிக்கவில்லை, எனினும் அவள் முடிவில் உறுதியாக இருந்தாள்.

அண்ணனுக்கு அழைத்தாள். அழைப்பு ஏற்கப்படவில்லை.

பழைய பஸ் ஸ்டாண்ட் தற்காலிகமாக எஸ்.ஏ.வி கிரவுண்டுக்கு மாற்றப்பட்டிருந்தது. ஆட்டோ ஸ்டாண்டிற்கு சென்று முகவரியைச் சொன்னாள்.

★★★

வீட்டில் கதவு திறக்கப்பட்டிருந்ததே தவிர யாரும் பேசவில்லை. வீட்டில் எதுவும் மாறவில்லை, எல்லோரும் மாறியிருந்தார்கள் என்பது புரிந்தது. ஹாலில் இருந்த கட்டிலிலேயே தனது தோள்பையை வைத்து படுத்துக்கொண்டாள். வீட்டு நடையின் உட்புறம் புதிதாக ஒரு ஸ்டிக்கர் இருந்தது.

என் ஆயன் ஆண்டவர் எனக்கென்ன குறைவு

பசும்புல் மேய்ச்சலில் என்னை இளைப்பாறச் செய்கின்றார்

கண்களை மூடும்போது ஹெலனோடு டிவிஎஸ் 50-இல் பயணித்த காட்சிகள் திரும்பவும் ஓடியது. தன்னுடைய டிவிஎஸ் 50 என்றாலும் எப்போதும் ஹெலன்தான் ஓட்டுவாள். அண்ணன் சொல்வதை அவள் பொருட்டாக மதிக்கமாட்டாள். அப்பா எப்போதாவதுதான் வருவார். அவர் சாயல்குடி அருகே உள்ள கிராமத்தில் பாண்டியன் கிராம வங்கியில் வேலை பார்த்து வந்தார்.

"ஏபே மாஸுக்கு கூப்ட்டு போறேன்னு எங்க கூட்டிப்போற. எனக்கு இன்னும் ரெண்டு பரிட்சை இருக்கு தெரியும்ல"

"கர்த்தரை ஜபிக்கறத விட விசுவாசிக்கறது முக்கியம்பே. நம்மலாம் உண்மையான விசுவாசிகள். உண்மையான விசுவாசிகள் ஊழியம் செய்வார்கள். உண்மையான ஊழியம் இன்னைக்கு நாம செய்யப்போறது தான்"

"வெளக்கம்லாம் பெருசுதாம் போ. எல்லாரும் என்ன போட்டு கொமைக்கப் போறாக" என்று கட்டிக்கொண்டாள்.

ஹெலன் மீது எப்போதும் ஒரு வாசம் இருப்பதாக சோஃபியாவுக்குத் தோன்றும். அது என்ன வாசமென்று அடிக்கடி அவளிடம் கேட்பாள், ஒவ்வொரு நாளும் ஒவ்வொரு பதில் சொல்வாள்.

"லே இது கருவாட்டு வாசம்"

"இது தேவதைகளின் வாசம்"

"இது அட்வகேட் ஹெலனின் வாசம்"

"இது ஃபாத்திமா அக்கா வாசம்"

"இது எம்.ஜி.ஆர் வாசம்"

"இது பட்டாம்பூச்சி வாசம்"

"இது சகாயமேரி வாசம்"

"இது மாக்ரூன் வாசம்டி லூசு.. இந்தா"

"எங்க அண்ணன் பையன் வாசம்"

"இது சகாய மேரி வாசம்"

“போடி நீ ஒன்னும் சொல்லாத.. எனக்கே தெரியும் இது பட்டாம்பூச்சி வாசம்”

“இது கண்டிப்பா ப்ளம் கேக் வாசம்”

“ஏச்சீ.. இது அந்த கிறுக்கப்பய வாசமுந்தான், ஏ கிள்ளாதடி” அவ்வப்போது சோஃபியாவே சொல்லிக்கொள்வது உண்டு.

அன்றும் அவள் அந்தக் கேள்வியைக் கேட்கத் தவறவில்லை. தோளில் சாய்ந்தபடி ஹெலனைக் கட்டிப்பிடித்துக் கொண்டு கேட்டாள். விடிந்தால் கெமிஸ்ட்ரி எக்ஸாம், பாதை மாறிப் போவதைத் தடுக்க இயலாமல் கண்களை மூடிக்கொண்டபடி கேட்டாள்..

“ஹெலா.. இன்னிக்கு என்ன புதுசா மணக்குது?”

“இது நம்ம ஊரு வாசம்பெ..” அவளுக்கு எப்படித்தான் அப்படி ஒரு பதில் வந்தது எனத் தெரியவில்லை.

“ஊரு இப்பதான் புதுசா மணக்கா என்ன”

“ஆமாபே, மீளவிட்டானோடு நின்னு போற தூத்தல் இங்கயும் அடிக்குதுல்ல.. ஏன்னா அவுங்க கவர்மெண்ட், மீடியாவுக்கெல்லாம் பயந்து இப்ப அரசாங்க விதிமுறைப்படிதான் செயல்படுறாங்க.. ஆனா அவுங்க லைசன்ஸ் ரின்யூ பண்ணி, விரிவாக்கம் பண்ணிட்டாங்கன்னா.. நம்ம எல்லார் உடம்பிலும் கேன்சர்தான் வரும். முருகன் மாதிரி ஊர காலி பண்ணிட்டுப் போக வேண்டியதுதான்”

“அதுவும் சரிதா.. நம்மள கைது பண்ணிட்டாங்கன்னா எப்படி பரிட்சை எழுத?”

“நான் எப்படியாவது தப்பிச்சிருவேன். அஞ்சு வருசத்துல படிச்சு முடிச்சி உன்னை ரிலீஸ் பண்ண அட்வகேட் ஹெலனா வந்து நிப்பேன்”

“ஓ.. பரிட்சை எழுதி தெரைச்சுருவ போ”

“ஆமா.. அது மட்டுமில்லைலே.. அந்த சாத்தானுவ எந்த நாட்டுல இருந்தாலும், இந்தியாவுக்கு கூட்டி வந்து தண்டன வாங்கிக்கொடுப்பேன். டவ் கெமிக்கல் கேஸ் மாறிலாம் ஆவாது”

“ம்ம்ம்ம்... அன்னைக்கு மட்டும் நீ தெரச்ச தெரைப்புக்கு உனக்கு பேச்சுப்போட்டியில பரிசு கொடுத்துருந்தா.. இப்படிலாம்

அலைஞ்சிட்டு இருப்பியா.. வாத்யாராகணும், போலீஸாகணும்னு சொன்னவனுங்களுக்கு தான ப்ரைஸ் கொடுத்தாங்க"

"முருகன் கூடதான் லூஸு மாதிரி விவசாயி ஆகணும்னு சொன்னான். இந்த சாத்தானுங்க இங்கிட்டு இருக்கற வரையும் இந்த பூமியில என்ன வெளையப் போவுது"

"இப்ப எதுக்கு அவனைப் பத்தி பேசுற"

"அவன்கிட்ட நான் என்ன போன்லயா பேசுறேன்"

"எரும பாத்துப்போ.. வண்டி என்ன இந்தக் குதி குதிக்குது.."

"சாத்தானுங்க போட்ட ரோடுலே, அப்படிதான இருக்கு"

"அவனுவ நல்லதும் செய்றானுங்க தான"

"எருமெ உனக்கு எத்தனை தடவ தான் சொல்ல, அது நாம வரிகட்டுற மாதிரி தொழில் பண்ற ஒவ்வொருத்தனும் பண்ணனும். இந்த ரோட்டுக்கு போட்ட மண்ணு கூட குளத்தை தூர்வாரி எடுத்துப்போட்டது தான்"

"அதுவும் நல்லதுதான"

"என்ன நல்லது, அது முழுக்க இவனுங்க கெமிக்கலைதான் கொட்டிவச்சுருக்கானுக.. அன்னைக்கு ப்ரின்ஸ் அண்ணே ஒரு கண்ணாடி டம்ளர்ல அள்ளிட்டு வந்து.. அதுக்குள்ள என்னமோ இருக்குன்னு சொன்னாருல்ல"

"ஆர்சனிக்"

"ஆ... சரிதான்.. அந்த வெசம் தான இந்த ஊர் தண்ணில, காத்துல எல்லாம் கலக்குது.. ஆமா நாளைக்கு என்ன கெமிஸ்ட்ரி பரிட்சையா"

"ம்ம்ம்"

அன்று அந்த ஊர் மக்கள் தொடங்கிய போராட்டத்தின் 53-ஆவது நாள் அப்போராட்டம் உலக அளவில் கவனம் பெற ஆரம்பித்திருந்தது. மேகம் எப்போதும் போலல்லாமல், நீல வண்ணத்தை மட்டுப்படுத்தியிருந்தது. அவர்களோ கருமேகங்கள் மட்டுமே தங்களைச் சூழ்ந்து கொண்டிருப்பதாக நம்பிக்கொண்டு இருந்தனர். ஊடகங்கள் அவர்களை சமூக விரோதிகளாய் பாவிக்கத் தொடங்கியிருந்தார்கள். அது வெள்ளை போர்டுகள், டிஜிட்டல்

ப்ரொஜக்டர்களாக உருமாறி பிரிவினையை வாட்ஸ்அப் குழுமங்களால் நெய்ய ஆரம்பித்த காலம் என்று வரலாறு எழுதிக்கொண்டது.

★★★

உள்ளே சார்லஸ் அழும் சப்தம் கேட்டு எழுந்தாள்.

"எலேய்..." என்று சார்லஸை சோஃபியா தூக்கிக்கொண்டு வெளியே சென்றது ஜோதிக்கு பிடிக்கவில்லை. சற்று நேரத்தில் அவளிடமே சார்லஸ் ஒப்படைக்கப்பட்டான். எல்லோருக்குமே கோபம்.

"அவளுக்குன்னு தெண்டமா செலவழிச்சதுக்கு இந்த வீட்டுக்கு ஏதாச்சும் செலவு பண்ணிருக்கலாம், மழை பெஞ்சா தண்ணி டேப்ல வர மாதிரி ஒழுகுது"

சோஃபியா காதில் படவே ஜோதி பேசினாள்.

"நம்ம ஊர்ல பெய்ய வேண்டிய மழை நாலுல ஒரு பங்குதாம் பெய்யுதாம்"

அவளோடு ஹெலன் இன்னமும் உரையாடிக்கொண்டிருந்தாள். விசயம் கேள்விப்பட்டு ஊருக்குள் அப்பா வந்து சேர்ந்ததிலிருந்து, சோஃபியா மீது வழக்கு பதியப்படாமல் இருக்க பைக்கிலேயே மணியாச்சி சென்று தன் தங்கை வீட்டில் விட்டுவிட்டார். அங்கிருந்தே அவள் சென்னையில் உள்ள புகழ்பெற்ற கிருஸ்துவ பல்கலைக்கழகம் ஒன்றில் நன்கொடையோடு சேர்ந்திருந்தாள். நியாயமாக கெமிஸ்ட்ரியில் குறைந்திருந்தால், ஹெலன் காரணமாக இருக்கலாம். ஃபிசிக்ஸில்தானே குறைந்தது என்பதால் அவளைக் குறை சொல்வதைக் காட்டிலும், தன்னை அங்கேயே ஏ.பி.சி-யிலோ, அன்னமாள் டீச்சர்ஸ் ட்ரெயினிங்கிலோ சேர்த்துவிடுங்கள் என்றாள்.

ஆனால் ஊரின் அமைதி பெரிதாக ஊதி வைக்கப்பட்டிருந்த பலூனைப்போல் எப்போது வேண்டுமானாலும் வெடிப்பதற்கு தயாராக இருந்தது. அந்த பலூன் வெடிப்பதற்கு பதிலாய் காற்றிறங்கி செயல் இழக்க வைப்பதற்காக அரசும், சார்பு ஊடகங்களும், கவனயீர்ப்பு நட்சத்திரங்களும் முயன்று கொண்டிருந்தன. பலர் மிரட்டப்பட்டனர், ஏராளமானோர் பிடித்துச் செல்லப்பட்டனர், சோஃபியா அந்தப் பட்டியலில் வந்துவிடக்கூடாது என பல முயற்சிகள் நடந்தன.

ஜீவ கரிகாலன் 43

அப்பாவின் கண்டிப்புக்கு மறுபேச்சு சொல்ல.. சோஃபியா மறுபேச்சு சொன்னதே அந்த வீட்டில் அதுவரை இல்லாதது. ஆனாலும் அவளால் கேள்விகளைத்தான் கேட்க முடிந்தது. ஹெலனைக் குற்றம் சொல்வதை மட்டும் அவளால் பொறுத்துக்கொள்ளவே முடியவில்லை. ஒரு கட்டத்தில் ஊரைவிட்டு செல்வதற்கு மறுப்பேதும் சொல்லவில்லை.

★★★

"டி.வி.எஸ் 50 சாவி எங்கம்மா?"

பதில் வரவில்லை. அவளே எடுத்துக்கொண்டாள். ஹெலன் பெரிதாக மார்க் வாங்குபவள் இல்லை, படிப்பில் சோஃபியாவை விட மிகவும் குறைவாகத்தான் இருப்பாள். ஆனாலும் அவளுக்கு எத்தனை விசயம் தெரியும் என்கிற வியப்பில்.. கிரேட்காட்டன் சாலையில் பயணிக்க ஆரம்பித்தாள்.

"இதெல்லாம் போர்த்துகீசிய உணவு"

மக்ரோன் என்றால் ஹெலனுக்கு அவ்வளவு பிடிக்கும்.

"ம்ம்ம்"

"இதெல்லாம் போர்த்துகிசீய கட்டிட பாணி"

"நீயும் ஃபர்ஸ்ட் க்ரூப் எடுத்திருந்தா சிவில் இஞ்சினியரே ஆயிருக்கலாம். உனக்குத்தான் இவ்ளோ தெரியுதே"

"ஏ நான் இதெ தெரிஞ்சிக்கறதே, மக்களை தெரிஞ்சுக்கத்தான், மக்களை தெரிஞ்சுக்கிட்டாதான் மனசுக்குப் பிடிச்ச மாதிரி தொழிலை சரியா செய்ய முடியும்."

"என்னமோ சொல்ற"

"நித்தியானந்துன்னு ஒருத்தர் சொன்னத கேட்டேன். நம்ம ஊர்ல காத்துல கலக்கற மாசுகள அளக்கறதுக்குன்னு அரசாங்கம் சில கருவிகளை வச்சுருக்கானுக. ஆனா அதை வைக்கும்போது மாசு வரும் திசைக்கு நேரே வைக்காம, அதற்கு எதிர்த்த மாதிரி வச்சுருக்கானுகன்னு அவரு சொன்னாரு, இப்ப அந்த கருவி எங்க தெரியுமா இருக்கு"

"என்னபே சொல்ற"

"அது நம்ம அண்ணாச்சியோட இடம்தான். இத எப்படி அவுங்க ஜாதி பிரச்சனையா மாத்துனாங்கன்னு புரியுதா ஒனக்கு? ஜாதில இருக்கற மேலமட்டத்து ஆளுங்க முடிவு பண்ணிட்டாங்கன்னா

அவுங்க சாதிலயும் உசுருபோகும்னு நெனச்சாலும் அதை செய்யத் தயங்க மாட்டாங்க. இதனாலதான் நம்மூர்ல அப்பப்போ சாதிக்கலவரம் வருது"

"தங்கத்துலயே மாஸ்க் போட்டுக்கிட்டு நடப்பானுவளா இந்த சாத்தானுங்க. பனிமயமாதா இவுங்களை சும்மா விடுமா"

"நீயும் நானும் கிருஸ்துவரா இருந்தாலும் சண்டைன்னு வந்தா நீயும் நானும் வேற கும்பல்க தாம்பே"

"ஏன் நாம கிருஸ்தவங்க இல்லையா"

"சாத்தானுங்களுக்கு எதிரா நின்னாதான் கிருஸ்துவன். நீ என்ன சொல்ற"

"உம்மேல எங்கப்பா வாசம் வருதுப்ள"

சோஃபியாவின் அப்பா இறந்த பின்னர் தன் அம்மாவை ஒரு கிருத்துவருக்கு மணமுடித்து வைத்தார் அவள் தாத்தா. மணியாச்சி அருகே இருக்கும் ஒரு கிராமம்தான். திருமணமானதும் வங்கியில் ஒரு வேலை வாங்கிக் கொடுத்து, டவுனில் ஒரு வீடு வாங்கிக் கொடுத்தார். பெரிய அளவு பந்தம் காட்டாதவர் எனினும் சோஃபியாவுக்கு வேண்டிய எல்லாமே அவர் செய்து வைத்தார்.

கொஞ்சம்கூட யோசிக்காமல், போலீஸ் ஸ்டேசன், வக்கீல் என நிறைய செலவழித்து எந்த விசாரணைக்கும் சோஃபியா போகாதபடி பார்த்துக்கொண்டார்கள். இன்ஃபெண்டா பற்றி மட்டும் செய்திகளில் வந்தது. அடுத்த நாள் எப்படியாவது அவளையும் பார்க்க வேண்டும் என்று நினைத்தபடியே, பனிமய மாதா கோயில் அருகே வண்டியை நிறுத்தினாள்.

மெதுவாகப் படியேறினாள். பெரிதும் தயக்கம் இருந்தது. ஹெலன், இன்ஃபெண்டா இல்லாமல் முதன்முதலாக பனிமய மாதா ஆலயத்திற்கு செல்கிறாள். ஹெலனின் மறைவுக்குப் பின்னர் இத்தனை மாதங்களுக்குப் பிறகு ஆலயம் செல்கிறோம் என்கிற தயக்கமும் இருந்தது.

மாஸ் முடிந்து பெரும்பாலான கூட்டம் வெளியேறிவிட்டது. அந்தப் பெரும் கோபுரங்களில் தஞ்சமடையும் புறா போல இங்கேயே இருந்துவிடலாமா என்று தோன்றியது. எப்படியும் தான் வருவது குறித்து ஃபாதருக்கு தகவல் சென்றிருக்கும்.

'ஏன் படிக்க மாட்டேன்னு சொல்லிட்டு காலேஜ விட்டு வந்துட்டுயாமே?' என்று ஃபாதர் அவளிடம் கேட்பார் என

சோஃபியாவுக்குத் தெரியும். அவளிடம் அப்போது எந்த பதிலும் உறுதியாக இல்லை.

உள்ளே பிரம்மாண்டமான சுவற்றில் பரலோகத்தின் ஓவியம், கீழே அன்னையின் திருவுருவம். தன்னை வணங்கிய கடலோடிகளுக்கு என்றைக்கும் காவலாய் இருந்தவள். இருப்பவள் என்று இனியும் சொல்ல முடியுமா.? என்று தனக்குள் ஒரு குரல் ஒலிப்பதை உணர்ந்தாள். எல்லா பிள்ளைக்கும் குழந்தை இயேசுவைப் போல் வாய்த்துவிடுகிறதா என்ன? இயேசுவின் தியாகம்தான் அன்னையை வணங்க வைக்கிறதா? அன்னையின் தியாகம்தான் ஓர் இயேசுவை உருவாக்கியதா என யோசித்துக் கொண்டிருந்தாள். அங்கே அவளுக்குப் பழக்கப்பட்ட முகம்..

ஃபாதரும் அவளைப் பார்த்ததும் அருகில் வந்தார்.

"என்ன சோஃபி, இன்னும் அப்படியேதான் இருக்கப்போறியா?"

ஹெலனின் அம்மா அங்கே ஆலயத்தை சுத்தம் செய்து கொண்டிருந்ததையே பார்த்தபடி இருந்தாள்.

"கல்லறைக்குப் போயிட்டு வந்தியா சோஃபி?"

ஃபாதரின் கேள்வி அவளுக்குள் புகவில்லை.

"ஹெலனோட அம்மா?"

"ஆமா"

சொன்னவுடனேயே ஹெலனின் அம்மாவை அணைத்துக் கொண்டாள்.

"எவ்ளோ நாளாச்சு மக்கா"

ஹெலனின் அம்மா புன்னகையும் அழுகையுமாய் அவள் கன்னங்களை வருட... அங்கிருந்தபடியே..

"ஃபாதர்.. எங்கம்மாகிட்ட எங்கப்பாவ சொல்லச் சொல்லுங்க, சோஃபியா வக்கீலாகப் போறான்னு"

கழற்றிக்கொண்டிருந்த மைக் ஒன்று தரையில் விழுந்த ஒலியும், எதிரொலியும் தவிர சற்று நேரத்திற்கு அங்கு அமைதி நிலவியது.

சுட்டெரிக்கும் படிகளில் துள்ளியபடி ஹெலன் கீழிறங்கும்போது, அவளுக்கு மேலே ஒரு கூட்டமாக புறாக்கள் பறந்தன.

ரஸகுல்லா காளி

ஷாப்பிங் முடித்து, அக்கடாவென சோஃபாவில் கயல் தலை சாய்த்தபோது சார்ஜில் இருந்த ஃபோன் ஒலித்தது.

மரிம்பா.. சே..சே என்ன இது?

சத்யா – ஒரு வைரஸ் – மனதுக்குள்ளே அந்த சொல் பிளிங்கியது. அது அவள் கேள்விக்கான பதில். எப்படியாவது அவனை ப்ரேக் அப் செய்தாகணும் என்று தினமும் காலைச் சிற்றுண்டியை தயார் செய்யும்போதே அவளுக்கு இப்படித் தோன்றிவிடும்.

அதை நாள் தவறாமல் அவள் நினைத்துக் கொண்டாள் சில மாதங்களாக.

கேஸ் அடுப்பின் இரண்டு பர்னர்களிலும் நீல நிறத்தில் சமமாக எரிந்து கொண்டிருந்தது. ஒன்றில் ஜீராவும் இன்னொன்றில் பாலும் கொதித்துக் கொண்டிருந்தது. பாலில் எலுமிச்சையைக் கொட்டித் திரண்டு வந்த பாலாடையை வடித்து தனியாகச் சேமித்துக்கொண்டாள். டோஸ்டரில் மிதமாய் கருகிய ரொட்டிகளைத் தின்றபடியே பாலாடைகளை உருண்டையாகத் திரட்டினாள். குங்குமப்பூவும் பாதாம் துகள்களும் அதில் ஆசை ஆசையாக ஒட்டியிருந்தன.

மீண்டும் மரிம்பா

வேண்டாம் கயல் – ஃபோனை எடுக்காதே. சப்தமாகவே அவளுக்குக் கேட்டிருக்கும். அவள் வெறுப்பது முதலில் தன்னைத்தானே. ஃபோனில் லாக் பேட்டர்ன் கூட அவன் வைத்துக் கொடுத்ததுதான். எந்த கோபத்தில் இருந்தாலும் அவன் போட்டுக் கொடுத்த பேட்டர்னுக்கான விளக்க உருவம் கண்ணில் தெரியும்போது அதனைத் தொடுவது போலும் சிலநேரம் உணர்வதால் அவள் அவனை தனது அன்றாடத்தின் ஒவ்வொரு பதினைந்து நிமிடங்களிலும் பொதித்து வைத்திருந்தாள். உறங்கும்

நேரத்தையும் சரிசெய்யும் உரையாடல்கள். அவளது எல்லா நாட்களையும் அவன் விழுங்கி ஆறு மாதங்கள் ஆகியிருந்தது.

அதற்கு முந்தைய இரண்டு மாதங்களின் நரகத்தை, அது ஏற்படுத்திய காயங்களை, சத்யா ஆற்றுப்படுத்துவான் என்ற துளி நம்பிக்கையும் இல்லாதபோதும் அவன் இந்த ஆறு மாதங்களாய் தொடரக் காரணம் அவளுக்கு வலிக்கும் கணங்களில் அவன் மெதுவாக ஊதிவிடும் அற்பச்செயலை செய்வதுதான். உண்மையில் அது இல்லை என்றால் காயத்தை தானே கீறிவிட்டு பெரிதாக்கியிருக்கலாம் எனத் தெரிந்திருந்தது.

அவளுக்கு இப்படி எல்லாமும் புரிவதும் தெரிவதும்தான் இத்தனை பிரச்சனைகளுக்குக் காரணமாகவும் இருக்கக்கூடும்.

எட்டு மாதங்களுக்கு முன்னர் அவளுக்குத் தெரிய வந்தபோது இந்த நுண்ணுணர்வு வேலை செய்யவில்லை. தற்கொலைதான் முதல் தீர்வாக இருந்தது. ஆறு மாதங்களுக்கு முன்னர் தன் நிலையைப் புரிந்து கொண்டவளாக எல்லாவற்றிற்கும் சம்மதித்தபோது குருட்டுத்தனமாக வாழ்ந்து காண்பிக்கும் கோபம் வந்தது. ஆனால் அவள் யார் மீதும் குற்றம் சாட்டுவதில் ஒன்றும் ஆகப்போவதில்லை என நம்பினாள். அந்த சிறு கீற்றிலிருந்து தன்னை மீட்டுக்கொள்ள ஒரு முடிவெடுத்ததுதான் இடமாற்றம். ஒரு மெட்ரோவிலிருந்து இன்னொன்றிற்கு. தன் மொழி பேசும் ஊர் என்பதே முதலில் தன்னைத் தனிமைக்குள் அமிழ்த்துவிடாது என நம்பியிருந்தாள்.

அதற்கென்று இப்படி ஒரு ஜந்துவா இப்படி கண்முன்னே வந்து தொலைய வேண்டும். கட்டுப்படுத்த இயலாமல் சத்யனின் சேட்டைகளை ரசிக்க ஆரம்பித்தாள்.

மாற்றலாகி வந்த முதல்நாள் இரவிலேயே தனது வாட்ஸப் ஸ்டேட்டஸில் "அதுவும் இந்த முதல் நாளிலேயே" என்று வைத்தாள்.

அந்த முதல் நாள், அதுவொரு வாரநாள். ரயில் பயணத்தில் என்ன விதியாலோ சத்யா அவள் எதிரில் இருந்தான். சொல்லிக்கொள்ளும்படி நிறைய இருக்கைகள் காலியாக இருந்தாலும், எந்த ஆணையும் பொருட்டாக மதிக்கத் தேவையில்லை என்கிற சில நாட்களே ஆன அவளது வைராக்கியத்தை அவன் காலி செய்ய ஆரம்பித்தான்.

'ஒரு டின் ஹால்டிராம்ஸ் ரஸகுல்லாவை ஒரே ஆளாய், ஒரே மூச்சில் காலி செஞ்சிட்டு இருக்கான்! என்ன ஜீவன் இவன்?'. கடைசி உருண்டையை அவன் வாயில் போடும்போது தன்னையும் மீறி அவனிடம் உதடுகளைக் குவித்து காண்பிப்பது போல் காண்பித்து, அதை யதார்த்தமாக சகஜ நிலைக்கு கொண்டு வந்துவிட்டாள் தன் தோழிகள் தன்னைச் சமர்த்தர்களாகத் தான் வளர்த்துள்ளார்கள் என்ற பெருமிதத்தில்.

எதிரே, சட்டையில் வழிந்த ஜீராவும் கீழே விழுந்த ரஸகுல்லாவும் என அவனைப் பார்த்தபோதும் சிரிக்காமல் பார்த்துக்கொண்டாள். ஆனால் தன் சிரிப்பைக் கட்டுப்படுத்த நிறைய அவகாசம் தேவைப்படும் என்பதால் கிண்டிலில் அபத்தக் கிறுக்கன் எழுதிய கொரியன் படத்தை வாசிக்க ஆரம்பித்தாள். நல்லவேளை கட்டுப்படுத்திக் கொண்டாள். குடும்ப சீரியல்களையே கதைகளென எழுதும் பலருக்கும் இதைப் போன்று பார்ன், த்ரில்லர், கொரியன் இத்யாதி உலகப் படங்களை எழுதும் கிண்டிலர்கள் எவ்வளவோ பரவாயில்லை என்று தோன்றியது. அவன் எப்படியும் தன்னிடம் பேச முனைவான் என்பதால் தொடர்ந்து வாசித்தா.........ள்.

சரியாக சென்ட்ரல் வந்தே எழுந்தாள். இந்த கிண்டில் இருக்கும் வரை எத்தனை இடர் வந்தாலும், அவமானம் வந்தாலும் தனக்கு தூக்கம் வரவழைக்கும் உபாயம் கிண்டிலில் இருக்கிறது என்கிற நிம்மதி அவளுக்கு இருந்தது.

பிளாட்ஃபார்ம்.

கயலின் கையில் ஒரு மீடியம் சைஸ் ட்ராலி பேக் தான்.

"ஹெல்லோ.. ஹெல்லோ"

அவன் தானோ

"என்னங்க.. மேடம்.."

அவனே தான்.

"ரெட் சல்வார் மேடம்"

அவளுடன் நடப்பவர்கள் திரும்பிப் பார்த்துவிட்டு பின் அவளையும் கவனித்தார்கள். இந்த ஊர் அவளுக்கு நம்பிக்கை தந்தது. இடதுபுறம் வெளியேறும் வழியில் சென்று கொண்டிருந்தாள். அவனது சப்தமே இல்லை என்கிற நிம்மதி மட்டும் வந்திருக்கக் கூடாது. ஆனால்..

முன்னால் வந்து நின்றான்.

“ஹெல்லோ.. என்னங்க நீங்க? கவனிக்கவே மாட்டிங்கறீங்க. பக்கத்துல இருக்கவுங்க கூட உங்களக் கூப்டாங்களே”

அவனை நேராகப் பார்த்தாள். உடனேயே அவளால் பதில் சொல்ல முடியவில்லை. உண்மையில் அவனால் அவளை எதிர்கொள்ளக் கூட முடியவில்லை. உக்கிரமான பார்வை எனத் தெரிந்தது. அவனை விட்டு நகர்ந்தாள்.

“ஹெல்லோ.. மேடம்..”

எப்படியும் கவனிக்க மாட்டாள் எனத் தெரிந்தது.

“ஓய் ரஸகுல்லா காளி..”

திரும்பினாள்.

“முறைக்காதீங்க. நீங்க என்ன பண்ணிங்கன்னு தெரியும். ஜஸ்ட் ஒன் மினிட்”

“என்னெ இம்ப்ரெஸ் பண்ண ட்ரை பண்றீங்களா மிஸ்டர்..?”

“ஓல்ட் டைலாக். நான் உங்களை இம்ப்ரெஸ் பண்ணலைன்னா என் கடைசி ரஸகுல்லா கீழே விழுந்துருக்காது”

இருவரும் சிரித்தார்கள்.

★★★

“ஓ நீங்களும் மெட்ரோ தானா?”

அவன் தன்னைத் தொடர்கிறான் எனத் தெரிந்தது. அவன் அடுத்த கேள்வியைக் கேட்காமல் இருந்தால் இத்தனைத் தூரம் அவன் வந்திருக்க மாட்டான்.

“ஆமா. நீங்க என்ன கிண்டில்ல புக் படிக்கிறீங்களா இல்ல ஸ்கேன் பண்றீங்களா?”

“ஹெல்லோ... நீங்க என்ன பண்ணுவீங்க..?”

“நானா? புக்கை டவுன்லோட் பண்ணி டெலிகிராம்ல அப்லோடு பண்ணி இந்த சமூகத்திற்கு சேவை செய்வேன்”

ஐய, என்று சொல்லாமல் நாக்கின் நுனியை வாயின் இடதுபுறம் காண்பித்து, தலையை பக்கவாட்டில் அசைத்தாள். அதற்கு.. நவயுக யுவதிகளுக்கான சிறப்பு அகராதியில்* ஐய, தோடா, இவன் பெரிய

லார்டு என்கிற பொருள் (மில்லினியர்களுக்கான நவீன சொல்லகராதி, ஃபோர்ட் ஃபவுண்டேசன் கொடையில் யாவரும் பப்ளிஷர்ஸ் வெளியிட்டுள்ளார்கள். வழக்கம் போல் ப்ரூஃப் ரீட் சொதப்பல்கள் மிகுந்த கெட்டை அட்டை நூல்) இருக்கின்றன. சத்யாவுக்கு முதலாவது அர்த்தம் எனப் புரிந்தது.

ஐய..

"அம் ஸாரி, கிண்டிலில் உங்க விரல்களின் பேட்டர்ன்களை கவனிச்சிட்டிருந்தேன். ஏறக்குறைய நீங்க ஏழு புத்தகங்களை நிமிண்டிப் பார்த்திருந்திருக்கணும்"

"நோ"

"அப்படீன்னா நாலு புத்தகங்களை ஒரே நேரத்தில வாசிக்கத் தொடங்கிருக்கீங்க மாற்றி மாற்றி. மே பி அதுல ஒன்னு சூர மொக்கையா இருக்கலாம். ஸோ நீங்க ஒரு பைப்ளியோஃபிலியா"

பதில் வரவில்லை.

"சரி நீங்க கோபமாகிட்டீங்க.. இன்னும் 5 & 2, 6 & 1 ப்ராபப்ளிட்டிஸ் இருக்கு. இப்படி வாசிக்கறத விடுறதுல அது சூர மொக்கையான புக்கா இல்லாம ரிபீட்டட் ஜேனர்ல வந்த புக்கா கூட இருக்கலாம்"

"ப்ளீஸ் ஷட் அப்"

அது உண்மையான கோபம்.

"ஸாரி"

ஆலந்தூரிலேயே இறங்கினாள். வெளியே வரும்வரை அவன் அவளிடம் பேசவில்லை. ஓலாவில் அவளது தோழியின் முகவரிக்கு புக்கிங் செய்து கொண்டிருக்கும்போது யாரோ எட்டிப்பார்ப்பது போல் இருந்தது.

"ஸாரி என் நம்பர் கேட்க மாட்டிங்கிறீங்க"

அவள் பதில் சொல்லவில்லை. அவனைத் துண்டிக்க வேண்டிய அவசியம் இருந்தது. ஓலா காரும் அவளருகே வந்தது.

"என் ஷர்ட்டில் பட்ட ஜீராக்கு நீங்கதான் பொறுப்பு. ஸாரி கேட்கணுங்கறதுதான தர்மம். அட்லீஸ்ட் உங்க பேராவது வேணுமே டைரில எழுதி வைக்க"

ஓடிபி எண்ணை டிரைவரிடம் சொன்னதும் அந்தத் தானியங்கி

செயலி அவள் பெயரை உச்சரித்தது.

"ஹை கயல். வெல்கம் டூ ஓலா ரைட்"

அந்த சப்தம் அவனுக்கும் கேட்டிருக்கும் போல.

"கொல்கத்தா காளின்னு எழுதி வைக்கவா?"

அவன் கத்தியது கேட்டதால் நிறுத்தச் சொல்லவில்லை. அவன் தன்னை எப்படியும் கண்டுபிடிப்பான் எனத் தோன்றியது. அதைக் காட்டிலும் அவள் அந்த மாற்றங்களுக்குத் தயாராகியிருந்தாள்.

★★★

மாற்றலாகி வந்த முதல்நாளே தனது வாட்ஸப் ஸ்டேட்டஸை

"அதுவும் இந்த முதல் நாளிலேயே" என்று வைத்தாள்.

"FIRST DAY WHAT?" என்கிற முதல் மெஸேஜ் அவள் எதிர்பாராத ஒன்றுதான். இத்தனைக்குப் பின்னும் அப்படி வருகிறது என்றால் அது அவளுக்கு ஒரு புது மன ஆறுதலைக் கொடுத்தது. முதன்முறையாக தன் தோழி வாங்கிக் கொடுத்த மதுவை விட ஒரு நல்ல ஆறுதல்.

ஒரு ஸ்மைலியை பதிலிட்டாள்.

அதற்குப் பின்னான பல நோட்டிஃபிகேஷன்களை அவள் புறக்கணித்தாள். இந்த ஆறு மாதங்களில் அவள் நேரடியாக அந்த எண்ணிற்குப் பேசவேயில்லை. பச்சை நிறத் தாளில் அவளது கையெழுத்தைத் தவிர வேறெதுவும் பேசிட ஏதுமில்லை என்கிற முடிவு. 'இத்தனைக்குப் பின்னர் ஏன் இந்த சத்யா?' என்று புலம்பாமலும் இருக்க முடியவில்லை.

பார்த்த சில நாட்களிலேயே ஓர் உணவகத்தில் சந்தித்துக் கொண்டனர். அவன் அவளைப் போன்றவன் என்பதை புத்தகங்கள் வாசிப்பதன் வாயிலாக உணர்ந்தாள். ஆனாலும் அவன் வேறு ஒரு ஜந்துவும் கூட. புத்தகங்கள் மட்டுமல்ல எல்லாவற்றையும் டிஸ்மேண்டில் செய்து மீண்டும் பொருத்திப் பார்க்கும் குணமுடையவன்.

தன்னிடமிருந்த எல்லாவற்றையும் பிறருக்குத் தெரிவிப்பதில், கடத்துவதில் அவனுக்கு மிகவும் ஆர்வம். அதனால் அவனது யூட்யூப் சேனலில் அவனை சகட்டு மேனிக்கு ஊரார் திட்டிக் கொண்டிருந்தனர்.

ஒருநாள் அவன் அவளையும் தன்னைத் திட்டிக்கொண்டிருக்கும் யூட்யூப் சப்ஸ்க்ரைபர்களில் ஒருத்தி என்று கண்டுபிடித்தான். அடுத்த நாளில் ட்ரைவ் இன் ரெஸ்டாரண்ட் ஒன்றில் இருவரும் சந்தித்துக் கொண்டனர்.

"ஹேய் ஜூஜூ.. அது நானில்லடா"

"சும்மா நாடகமாடாத. நீ தான்"

"எதை வச்சு சொல்ற நான்னு. ஐபி அட்ரெஸ் ப்ரூஃபா?"

"எந்த ப்ரவைடரும் ஸ்டாடிக் ஐபி கொடுக்கறதில்ல பாப்பூ. ஆனா உன்னோட கமெண்ட்ஸ்ல இருக்கற பேட்டர்ன் தான்"

"மண்ணாங்கட்டி பேட்டர்ன். ஸ்டாப் இட்ரா.."

"என்ன மாட்டிக்கிட்டோம்னு பயப்படுறியா.. என்னைப் பத்தி தான் உனக்குத் தெரியுமே.. உன்னோட ஐடில இருந்து வரும் கமெண்ட்ஸ்ல இருக்கற பேட்டர்ன் தான். நீ கொடுக்கிற கமெண்ட்ஸ்ல இருக்கற எமோஷன்ஸ்க்கு பிவி வேல்யூ கொடுத்தேன். நீன்னு தெரிஞ்சது. அத ப்ரூவ் பண்ணத்தான் அடுத்த வீடியோல ப்ளான் பண்ணேன்"

"ஹெ வொளராத.. போதும்.. என்னெக் கடுப்பேத்தாத.."

"நீ என்னைய ரொம்ப அண்டர் எஸ்டிமேட் பன்ற பாப்பூ.. நான் நம்ம மொத சந்திப்புல போட்டுருந்த சட்டைல பண்ண வீடியோக்கு, நான் மார்க் பண்ண உன் ஐடில இருந்து வரும் நக்கலுக்கான பீவி அந்த பேட்டர்னை ப்ரீச் பண்ணுச்சு"

"ப்ரீச் பண்ணுச்சா.. அப்றம் எந்த டேஷ்க்கு என்னைய தான் அதுன்னு சொல்ற இட்யட்.."

"ப்ரீச் பண்றதுனால தான்.. அது நீன்னு சொல்றேன். இப்ப நீயே உடைச்சுருக்கற டிரிகர் பாய்ண்ட்ட வச்சு உன்னோட லைஃப்ல வரும் எல்லா எமோஷன்ஸ்க்கும் ஒரு சார்ட் போட முடியும்"

"நீ ரொம்ப பயமுறுத்தற சத்யா. ப்ளீஸ் ஸ்டாப் தட்.."

"அதனாலத்தான் இன்னைக்கு ட்ரைவ் இன் வந்தேன்"

"ட்ரைவ் இன். அதனால என்ன?"

முதலில் அவன் அவளை முத்தமிட்டான். பின்னர் அவள். அடுத்தது இருவருமென.

★★★

அவனிடமிருக்கும் பேட்டர்ன்ஸ் குறித்த கோல்டன் ரூல்களை, வேத வசனங்களை உபநிஷதமாக இல்லாமல் முத்தங்களுக்கு இடையிலும் முத்த நோட்டிஃபிகேஷன்களுக்கு இடையிலும் பெற்றுக் கொண்டிருந்தாள். ஆனாலும் அது குறித்த நெருடல் சிறு துளையாக ஏற்கனவே இருந்த அவளது எட்டுமாத காயத்திற்கு அருகில் தெரிய ஆரம்பித்திருந்தது.

மீண்டும் மீண்டும் மரிம்பா 158

'ஐஃபோன் வாங்கியிருக்கிறேன்' என்று அவள் கொடுத்த முதல் டிரீட்டிலேயே அவன் மரிம்பா இசை குறித்து அவளிடம் பேசினான். ஆப்பிள் நிறுவனம் ஏன் மரிம்பா எனும் மரத்தாலான பெர்குஷன் கருவியில் ஒலிக்கும் இசை வைத்திருந்தது என்று பேசிக்கொண்டிருந்தான். தலைவலி எடுத்தது.

உண்மையில் அவளைப் பொறுத்தவரை அது முதலாவதாக வந்த உண்மையான கோபம். ஐஃபோன் வாங்கிய மகிழ்ச்சியைக்கூட அவளால் அனுபவிக்க முடியவில்லை என்கிற ஆத்திரத்தால் கத்தினாள். உண்மையில் அது சத்யாவுக்கு புதிய அதிர்ச்சியாக இருந்தது.

பின்பு அன்றைய இரவே அவனிடம் பேசியது சரிதானா என்று நினைத்தபடி, அந்தத் தேதியைக் குறிப்பிட்டு முதல் கோபத்திற்கு மன்னிச்சுடு என்றாள். அடுத்த நாள் காலையே அது உண்மையில் இரண்டாவது கோபமாக இருக்க வேண்டும் என்று வேறு ஒரு தேதியில் தன் டைரியில் ஒரு வரியைச் சேர்த்தாள். பின்னர் மூன்றாவதாக, நான்காவதாக என்று மாறியது. தற்போதுள்ள கணக்கில் நூறையும் தாண்டிவிட்டது.

இருந்தாலும் அவர்கள் பேசிக்கொண்டும், சந்தித்துக்கொண்டும் முத்தமிட்டுக்கொண்டும் இருந்தனர்.

ஏதோ ஒரு நாட்டின் / மாநிலத்தின் / நகரத்தின் / ஆய்வுக்கூடத்தின் விளைவாக / திட்டத்தினால் / விபத்தினால் / மனிதனின் அபத்த ஆசையினால் / இயற்கையின் விதிவசத்தால் பார்க்க இயலாத வைரஸ் கிருமியால் உலகமே ஸ்தம்பித்த நிலையில் எல்லா பேட்டர்ன்களும் அழிந்து கொண்டிருப்பதாகவும் உலகமே இப்போது எல்லாவற்றையும் திரும்பவும் முதலில் இருந்து தொடங்க வேண்டிய கட்டாயத்தில் இருப்பதாகவும், அனைத்துவித

அறிவும் தன்னை மறுகட்டமைப்பு செய்யப்போவதாகவும், எல்லா சிந்தனையையும், சித்தாந்தங்களையும் அது திருத்தி எழுதப் போவதாகவும், புதிய ஒன்றிற்கான வாய்ப்பு எல்லா உயிர்களுக்கும் / எல்லா நிறுவனங்களுக்கும் / எல்லா அமைப்புகளுக்கும் / எல்லா மதங்களுக்கும் கிடைக்கப் போவதாகவும் சத்யா அவனது யூட்யூபில் சொல்லிக் கொண்டிருந்தான்.

அவன் கண்டுபிடித்த பின்னும் கூட ஃபேக் ஐடியில் அவனைத் திட்டிக்கொண்டிருந்த கயல், முதன்முறையாக அவளது சொந்த ஐடியிலிருந்து கமெண்ட் செய்தாள்:

கயல் : Try for a new algorithm. Prepare a new PV Chart table

யூட்யூபில் வேறு ஒரு சானலில் கொல்கத்தாவின் தஸரா தினத்தை ஒரு ஜோடி வெளிநாட்டினர் விளக்கிக்கொண்டிருந்தனர். அதில் காளி அசுரவதம் செய்துகொண்டிருந்தாள். ரஸகுல்லாவின் வாசம் நாசியைத் துளைக்க, மிதமான சூடு இருக்கும்போதே ஒரு பீங்கான் கிண்ணத்தில் எடுத்து வைத்தபடி கயல் தன் வாட்ஸப் ஸ்டேட்டஸை மாற்றினாள்.

பால்வெளி மயக்கம்

உணவு தீர்ந்து போன யுகத்தில் எஞ்சியிருக்கும் சொற்ப மனிதக்கூட்டத்தில் வாழ்ந்து கொண்டிருப்பதாய் நான் கனவு கண்டுகொண்டிருக்க.. "பகல்லயே தூக்கமா?" என்று கிள்ளியபடி எழுப்பிவிட்டாய். ஒளிரூட்டும் ஆடைகளை அணிந்த உன்னைப் பார்க்கையில் கண் கூசிட, முகத்தைத் திருப்பிக்கொண்டு ஆடையை அவிழ்க்கச் சொன்னேன்.

காலை ஆகாரம் தேடி பயணிக்கும் நேரத்தில், 'என்ன இது ட்ரெஸ் போட்டுக்கிட்டு' என்று திட்டியபடி, அப்பிக்கொண்டிருக்கும் தூசுப்படலங்களை வழித்துப் போடும் வேலையில் உனக்கு உதவி செய்ய ஆரம்பித்தேன்.

"ஒவ்வொரு யூனிட் காலத்திலும் நீ பாதி நேரம் இப்படி ஆடை அணிந்து கொள்கிறாய். நாம் அடிக்கடி வேட்டையாட வெளியே செல்ல வேண்டும் என்று உனக்கு ஏன் புரியாமல் இருக்கிறது"

முன்பொரு யுகத்தில் ஒரு பெரும் கருஞ்சூறாவளி ஒன்று நம்மை விழுங்கியபோது என்னென்னவோ மாற்றங்கள் நடந்தது. சிறியது பெரியதாகவும், பெரியது சிறியதாகவும் மாறிக்கொண்டன.. என்னமோ துளையென்று நம் முன்னோர்கள் அழைத்து வந்த நிகழ்வு, அதுவே தான் புயலாக மாறி அழித்தது.

இப்போது மீந்துபோனவற்றில் உயிரோடிருக்கும் நட்சத்திரங்களை வேட்டையாடிக் கொன்று தின்று உயிர் வாழ்கிறோம். உயிர் வாழ எஞ்சியிருக்கும் நட்சத்திரங்களை உன் ஆடைகளுக்குள் அதுவும் உன் பருத்த முலைகளின் காம்புகளில் அலங்கரிப்பதற்கோ மறைப்பதற்கோ பயன்படுத்துகிறாய். அவையும் கூட உன் முலைகளின் உஷ்ணம் தாங்காது சீக்கிரம் வாடிப்போய் சுருங்கிக் கொள்கிறது. உணவை வீண் செய்வது என்னால் பொறுத்துக்கொள்ள முடியாத செயல். உன்னைப் பலமுறை எச்சரித்துவிட்டேன் என்றாவது ஒருநாள் உனக்கும் எனக்குமான போர் ஆரம்பிக்குமாயின்

– இம்முலை நட்சத்திரங்களே காரணமாகும் குறித்துவைத்துக் கொள்..

இத்தனை ஆக்ரோஷமாக உன்னிடம் கத்திக்கொண்டிருக்கும் ஒருவனை அலட்சியமாகப் பார்த்துச் சிரித்தபடி என் கன்னத்தை தட்டுகிறாய்.. கொஞ்சம் பலத்துடனே..

ஆஆ...

திடீரென்று கண் விழிக்கையில் என்னருகே நீ.

"என்னடா கனவா இது" என்றபடி என்னைக் கிள்ளிப் பார்த்தாய். எனக்கும் நன்றாகவே வலித்தது.

சொன்னேன்.

"ஐயோ அப்ப இதுதான் நெஜமான்னு சந்தோசத்துல தலைகால் புரியலடா.."

மெதுவாக உன்னைப் பெயர் சொல்லி அழைத்துப் பார்த்தேன். அப்புறம் நான் வைத்த இன்னொரு பெயரையும் சொன்னேன்.

"டிஸ்டர்ப் பண்ணாத"

'கை மட்டும்' என்று கேட்டேன். ம்ம் ஆனா என் கால்ல தான் வைக்கணும்னு சொன்னாய்..

கால்களில் இருந்து மெதுவாக நண்டு மாதிரி ஊர்ந்து உன் ஆடையை எதிர்திசைக்கு அனுப்பிடப் பார்த்தேன். ஏனோ நீ 'செருப்பு' என்று மட்டும் சொன்னாய். நீ சொன்ன செருப்பு நான் வென்ற கோப்பைகளுக்குப் பக்கத்திலே இருப்பதாய் உணர்ந்தேன்.

கவனத்தை திசை திருப்ப உன் பெருவிரலால் என் தாடையை திருப்பிவிட்டாய். மறுபடியும் கால்களைப் பிடிச்சுவிட்டேன்..

மடியில் வைத்திருந்த பாதங்களைக் கீழே வைத்திருந்தால் ஆயிரம் முத்தம் கொடுத்திருப்பேன். ஆயிரங்கால்கள் இருந்தாலும்...

ஆனால் நெருங்காமலேயே நான் உனக்கு கொடுப்பதாக உன்னையும் உணர வைத்தேன். அது ஒரு மயக்கம், உலகின் ஏதோ ஒரு புள்ளியில் இருந்து கொண்டு, அது ஒரு மலையுச்சியாகவோ, வெட்டவெளியாகவோ இருப்பதானாலேயே புலனாகும் நட்சத்திரக் கூட்டங்களைக் கண்டு அதோ கேலக்ஸி என்று சொல்லிவிட்டு நட்சத்திரங்களைப் பார்த்து மயங்குவது போல தான்.. நாம் நிற்கின்ற புள்ளியும் கேலக்ஸியில் தான் இருப்பதை உணராமலேயே நமக்கு

கிடைக்காத ஒன்றென நம்பி அதை தூரத்தில் இருப்பதாக நினைத்தபடி மயங்குவது.

என்ன விழிப்புணர்வு அடைந்தேனா?

உனக்கு முதல் முத்தம் கொடுக்க ஆரம்பித்த பின்னர் இந்த பிறப்பு முடியும் வரை நான் கொடுத்துக்கொண்டே தான் இருக்கிறேன் என்பதை உணரும் தருணம் இது. கேலக்ஸிக்கு நன்றி. அப்படித்தான் பாதங்களில் தொடங்கினேன்

அது என்ன பாதம் அத்துணை சிறப்புமிக்கதாகின்றது. பாதம், பாதக்கமலம், ஸ்ரீபாதம் என்று சொல்வது எல்லாம் கேசம் வரை நீண்டு செல்வதற்கான ஒரு தொடக்கம்தான். தொடக்கம் சரியான புள்ளியில் இருந்தாலே பூரணம் என்பதை எட்ட முடியும்.

“இந்தா” என்று கால்களை நீ நீட்டுவதும் கூட ஒன்றைத் தொடங்குவதற்குத் தானே.

நீ உணர்கின்ற முத்தங்களுக்கு இடையே மெய்மையைக் கலைத்துப் போடும், பொய் X மெய் இரண்டும் எனக்கு ஒன்றுதான்.

கண்களை மூடிக்கொண்டே இருக்கற நீ, நான் சொல்ல உணர்வதை எப்படியோ உணர்ந்து சிரிக்கிறாய்.

“பொய்யா மெய்யா”

‘இரண்டும் தான்’

“எப்படி நீ நான் கேட்காத கேள்விக்கு பதில் சொல்கிறாய்?”

‘இல்லை இல்லை.. நீ நான் கேட்கும்முன்னே காலத்தை குழப்பிப் போடுகிறாய். இந்தப் பதிலுக்கு சரியான கேள்வியை நானே கேட்டுவிடுகிறேன்.’

“அதுவரையிலும் உனக்கு கால் மட்டுந்தான்”

‘உனக்கு தான் கால்கள் சாதாரணமானது. எனக்கு அது ஒரு நட்சத்திரத் தொகுதி. முத்தங்களால் எண்ணிப் பார்ப்பது என் வழக்கம் என்று உனக்குத் தெரியாதா என்ன?’

நானும் ஃபுட்-ஃபெடிஷ் குழுமத்தில் சேர்ந்துவிட்டேனோ என்று தோன்றியது. புதிய பெயர்களைக் கொண்டு பெருமைக்கொள்வதில் இந்த நாகரிகம்தான் எத்தனை அக்கறையாய் இருக்கிறது பார்த்தாயா? எனக்கு ஆதிஷேசன் மேல் பள்ளி கொண்டிருக்கும் திருமாலின் ஞாபகமும் வந்தது.

“இப்பவாச்சும் வந்ததே.. சரி கதய சொல்லு”

‘ஒவ்வொரு ஆண்டும் நவராத்திரியின் போது அம்மா வைக்கின்ற கொலு பிரம்மாண்டமாய் இருக்கும். ஒருநாள் பஞ்சம் பிழைக்க அதிகாலையே யாருக்கும் தெரியாமல் ஊரைவிட்டுப் போகும்போது அவற்றை விட்டுவிட்டே கிளம்பினோம். கொஞ்சம் நிலைமை சரியாகும்போது ஊருக்குப் போனபோது அத்தைங்க அவற்றை அவுங்க வீட்டு அலங்காரத்துக்கு எடுத்து வச்சுருந்தாங்க. அதில் எனக்குப் பிடிச்ச பொம்மை காமதேனுவும் அடக்கம். காமதேனு என்பதே பால்வெளியைக் கடையும்போது வந்ததுதான் என்பதால் அது என்ன கேட்டாலும் தரும் எனும் கதைதான் அதற்குக் காரணம். அதற்குப் பின்னர் நடந்த நவராத்திரிகளில் சம்பிரதாயமாக சில பொம்மைகளை எங்கள் வீட்டில் வைத்து வழிபட்டாலும், காமதேனு பொம்மை இல்லாததால் நான் அம்மாவுக்காக காமதேனுவிடம் காமதேனு உள்ளிட்ட பொம்மைகள் திரும்ப கிடைக்கணும் என்று பிரார்த்தனை செய்தேன்.

“காமதேனு சிலையே இல்லாமல் எப்படிடா காமதேனுகிட்ட வேண்டுவ?” என்று என் தம்பி சொல்லும்வரை எனக்கு அது உரைக்கவேயில்லை. அப்போது எங்களிடம் காமதேனுவும் இல்லை பள்ளிகொண்ட பெருமாளும் இல்லை. அப்போதிருந்துதான் நான் பாற்கடலைத் தேட ஆரம்பித்தேன். இதற்காக ஏலகிரி மலையில் உள்ள காவலூர் டெலெஸ்கோப் இருக்கும் பகுதியில் அத்துமீறி நுழைந்ததற்காக ஒருமுறை கைது செய்யப்பட்ட கதையை ஏற்கனவே உனக்கு சொல்லியிருக்கிறேனே... சரி நவராத்திரி கதைக்கே போவோம்..

நீ சிணுங்குவதைப் புரிந்தும் மேற்கொண்டு சொல்ல ஆரம்பித்தேன்.

எப்படியோ படிப்பில் தேறி, மரக்கிளையைப் பிடிப்பதுபோல் ஒரு வேலையைப் பிடித்து தொங்கிக்கொண்டிருந்தேன். பக்தியெல்லாம் பஞ்சத்தில் பொட்டலம் கட்டி தெருவிலே போட்டு வைத்தாலும் நவராத்திரி காலங்களில் யார் வீட்டுக்காவது போய் கொலு பார்க்கலாம் என்றே தோன்றும்.. மைலாப்பூரில் நவராத்திரி காலத்தில் கொலு பொம்மைகள் நடைபாதைகளிலும், திடீர் கடைகளிலும், சில மண்டபங்களைப் பிடித்தும் அமோகமாக வியாபாரம் நடக்கும்.

விஜய தசமியன்று பத்தாவது நாளில் அதுவரை மாதக்கணக்கில் விற்பனையாகி வந்த பொம்மைகள் ஐம்பது அறுபது சதவீத

தள்ளுபடியில் விற்க ஆரம்பிப்பார்கள். ஏக களேபரமாக இருக்கும். அடுத்த வருடத்திற்காக வாங்கிச் செல்லும் புத்திசாலிப் பெண்மணிகள் காரில் வருவார்கள். ஆனால் அதிபுத்திசாலித்தனமாய்துறுதுறுவெனத் திரியும் தங்களது ஹைபர் ஆக்டிவ் குழந்தைகளையும் கூட்டி வருவார்கள். இவற்றையெல்லாம் நான்கு வருடங்களாகத் தொடர்ந்து பார்த்து வருகிறேன். ஒரு வகையான சேடிஸம் தான் அது என்றாலும், அப்படித் தள்ளுபடியில் வாங்கிச் செல்லும் பொம்மைகள் வீடு செல்வதற்குள் உடையும் என்று நம்பிக்கொண்டிருந்தேன்.

பொம்மைகள் எங்கிருந்தெல்லாம் தயாரிக்கப்பட்டு வருகின்றன எனத் தேடலானேன். வடக்குப்பகுதியிலிருந்து வரும் நாடோடிகள் செய்யும் அலங்கார பொம்மைகளை என்னால் இந்த வரிசையில் ஏற்க முடியாது. அதே போல காதிகிராஃப்ட் பொம்மைகளை விட, மடிப்பாக்கத்திலிருந்து வரும் பொம்மைகளை விட, பெங்களூரில் இருந்து வரும் பொம்மைகளை விட, ஸ்ரீவில்லிபுத்தூரில் இருந்து வரும் பொம்மைகள் எனக்கு மிகவும் பிடிக்கும். அதன் நேர்த்தியும் முக லட்சணமும் பிரத்தியேகமானது.

பொதுவாக நான் பொம்மைக்கடைக்காரர்களிடம் பேசவே மாட்டேன். அவர்கள் சிற்பிகள் அல்ல என்று தெரிந்தாலும் ஏதோ ஓர் உணர்வு அவர்களிடம் பேசவிடாமல் தடுத்தது. சொல்லிக்கொள்ளும்படியான வேலை இல்லாதவன் என்பது நெற்றியில் டாட்டூவாக இருப்பது போன்ற உணர்வு கூட காரணமாயிருக்கலம். அப்படியாக ஒரு வருடத்தின் விஜயதசமியில் கிட்டத்தட்ட வியாபாரம் முடிந்து எடுத்து வைத்துக்கொண்டிருந்த அந்த வயதானவரிடம் என்னையும் மீறி பேச்சு கொடுக்கலானேன்.

“இந்த மீரா எவ்ளோ?”

“ஸாரி ரெண்டு தான் மிச்சமிருக்கு, அது நல்ல விலைக்குப் போகும். நோ டிஸ்கவுண்ட்ஸ்” என்றார்.

எனக்கு ஆதிகேசவன் மீது கவனம் திரும்பியது.

“ஆமா திருவரங்கநாதன் ஏன் இவ்ளோ இருக்கு?”

“சுத்தமா போகவேயில்லைப்பா.. பிக் டிஸ்ஸப்பாயிண்ட்மண்ட்”

“ஓ.. எதுனால?”

“தெரிலயேப்பா”

மும்முரமாய் அடுக்கிக் கொண்டிருந்தார். உதவட்டுமா என்று சைகை செய்ததற்கு, சைகையிலேயே வேண்டாம் என்றார்.

“ஏன் விக்கலைன்னு எனக்குத் தெரியும்”

“அப்படியா, சரி ஏன்னு சொல்லு?”

“இன்னைக்கு இருக்கற அரசியல் சூழல்தான் காரணம். ஆணுக்கு சமமா பெண் எல்லா துறைலயும் வேல பாக்குற காலத்துல, எந்தப் பெண்ணுக்கும் ஆம்படையான் காலை அமுக்கிவிடணும்னு, அதுவும் இந்தக் காலத்துல தோனுமா என்ன? பொலிட்டிக்கலா மட்டுமல்ல ஸோஷியலாவே இந்த இமேஜ் இப்ப எக்ஸ்பையரி ஆச்சு தாத்தா” என்றேன்.

★★★

“டேய் ஏண்டா படுத்தற” என்று நீ கேட்டது நியாயம்தான். கதைசொல்லி தூங்கவைக்க நீ என்ன குழந்தையா? ஆனாலும் கதைக்கு ‘ம்’ கொட்டாமல் காதுகளை நிரடிவிட்டுக்கொண்டே இருப்பது அக்கதைக்கு விருது வாங்குவதைப் போன்றது.

விருது வாங்கி....?

எனக்குள்ளே இருக்கும் ஒரு வன்மக்காரனையும் மீறி உன்னோடு நான் இப்படியெல்லாம் இருக்க முடிவது திருவரங்கனின் அருள்தான்.

‘தெரியுமா அன்னைக்கு அவர் எனக்கு சும்மாவே அந்த பள்ளிகொண்ட பெருமாளை எடுத்துக் கொடுத்தார். என்னால நம்பவே முடியல..’

“ரியலி காசு வாங்காமலா?” என்று கால் விரல்களைக் கொண்டே என் தாடையை நிமிர்த்திக் கேட்டாய். உன் கண்களில் பொய்யற்ற வியப்பையும் அவ்வப்போது காண்கிறேனே.

‘ஆனா பஸ்ஸிலே போகும்போதே கீழ போட்டு ஒடச்சுட்டேன்’

“அட எரும” என்கிற ஆண்களுக்கே உரித்தான பிராண்டட் பட்டத்தை நீ எனக்கும் 1330-வது முறையாகத் தந்தாய்.

“அதென்ன 1330? குத்துமதிப்பா சொல்றியா?” என்றாய்..

‘கூடி முயங்கப் பெறின்’ என்று சிரித்தேன். ஒரு சின்ன சந்தேகம் வந்தது. மறுபடியும் என்னையே கிள்ளிப் பார்த்தேன்.. வலித்தது

அந்த வெளிர் மஞ்சள் நிற சேலையில் ஆஹா..! உன் பாதங்களின் வெப்பத்தை கொஞ்சம் அதிகப்படுத்தினேன்.. என் விரல்களை இதழ்களாக நினைத்தபடி உன் பாத விரல்களை ஒவ்வொன்றாகத் தொட்டுத்தொட்டு நீவி விட்டேன்..

அப்போத்தான் இந்த மெட்டி ஞாபகம் வந்தது. திரும்பிப் பார்த்தேன், அருகில் இருந்த பையை எட்டி எடுத்தேன். அதில் இருந்த ஒரு சிறு பையைத் திறந்து பெட்டியை எடுத்தேன். ஏற்கனவே இருந்த மூன்றில் ஒன்றை மீண்டும் தொலைத்திருந்தேன். மீதம் இரண்டு மட்டுமே. உன் கண்ணருகில் காண்பிக்கும்போது, அதைத் தட்டிவிட்டு "இதெல்லாம் ஓல்டு டா" என்றபடி என்னை உன் மாரில் சாய்த்துக்கொண்டாய். மெட்டி தளத்தில் உருளும் சப்தத்தை வைத்து அது எங்கே போயிருக்கும் என நான் கவனித்த திசையிலேயே உன் பார்வையும் திரும்பியது. எனக்குச் சிரிப்புத்தான் வந்தது.

நல்லவேளை சிரித்திருந்தால் வேறு மாதிரி ஆகியிருக்கும். அதிகாரம் ஊடல் உவகை.

திடீர்னு என்னிடம் ஒரு கேள்வியும் கேட்டாய்.

"ஆமா நீ சொல்றது கரெக்ட்தான. எவளாவது புருஷன் காலை அமுக்கிவிடுற பொம்மையை வைத்து அழகு பார்ப்பாளா? ஆனாலும் நீ பொண்ணுங்கள இவ்ளோ புரிஞ்சு வச்சுருக்க அளவைப் பார்த்தா உனக்கு அனுபவம் ஜாஸ்தியோன்னு தோனுது"

"யம்மே..."

கடித்து வைத்தாய். ஏ... உனக்கு பொய்க்கடி என்பது பற்றி தெரியாதா. ஒரு நாய் வளர்த்தால் கூட பொய்க்கடின்னா என்னவென்று தெரிந்திருக்கும். அதுசரி ஒரு பூனை எப்படி நாய் வளர்க்கும்!

உனக்கு மீத கதையையும் சொல்லத் தோன்றியது

'ஒன்னு தெரியுமா அதுக்கு அடுத்த வருசம் மைலாப்பூர்ல அதே தாத்தாவைப் பார்த்தேன். அவர் அந்த வருஷம் அதிக விற்பனை திருவரங்கநாதன் தான் என்றார். எனக்கு கடும் ஆச்சரியமா போனது. ஆனா அவர் அந்த பொம்மையைக் காட்டி கண்ணடித்த போதுதான் நல்லா கவனித்தேன். திருவரங்கநாதன் தன் கால்களைப் பிடித்துவிடக் கொடுக்காமல் லஷ்மியின் மடியில் தலை வைத்துப் படுத்திருந்தான். லக்ஷ்மியில் கைகளில் ஒன்று அவர் தலையையும்,

இன்னொன்று அவர் காது மீதும் இருந்தது. உன்னைப் போலே நிரடிக் கொடுத்திருப்பார்.

நீயோ "ப்யூட்டிஃபுல்" என்றாய்.

இப்போது நீ கேட்க முனைந்த கேள்விக்கு பதில் சொல்லட்டுமா, அவர் அந்த முறையும் ஒன்றை இலவசமாகத் தந்தார். ஆனால் நான் வாங்கவில்லை. சந்தோசமாகவே மறுத்தேன். அதற்குப் பின்னர் கொலு மீதிருந்த ஆர்வம் போய்விட்டது.

என்ன, அன்று மட்டும் நீ எனக்கு இப்படி கிடைப்பாய் என்று தெரிந்திருந்தால் அதை எப்படியும் வாங்கிருப்பேன்.

"ஓ சாருக்கு மடில தலை வைக்கணுமா" என்று நக்கலோடு தான் கேட்டாய். காய்ச்சலுற்ற உன் உடலில் உஷ்ணத்திற்காக இரண்டு பாதங்களையும் சூடு பறக்கத் தேய்த்துவிட்டேன்.

"நான் கொஞ்சம் திரும்பிப் படுத்துக்குறேன். என் இடுப்பையும் கொஞ்சம் தேச்சு விடுறியா?" என்று நீ கேட்டபோது, என் கண்ணில் ஒரு சிறு மீன் டால்ஃபின் போல் இடம் வலம் மாற்றித் துள்ளிக் குதித்தது.

ஓகேன்னு கொஞ்ச கொஞ்சமாய் முன்னேற, அதற்கேதுவாக நீயும் திரும்பிப் படுத்தாய்.

கொஞ்சம் சேலையக் கீழிறக்கும்படி கேட்டபோது, முதன்முதலாய் சொற்பேச்சு கேட்டாய்.

விலக்கினேன். நீ சொல்லியிருந்த அந்த மச்சத்தைத் தேடினேன். மீன் போன்ற வடிவத்தில் இருக்கும் அது நான் பார்க்கவும் அது தன் இறக்கைகளை படபடவெனத் துடித்தது.. நீந்துவதற்குத் தயாராக இருப்பது போல் பாவித்தது. உன் இடுப்பினில் நான் கை வைத்ததும் அது என் கை வழியாக நழுவி துள்ளிக் குதித்து மேலே போய்விடுமோ என்று லேசாகப் பயந்தேன். ஆனால் அது ஏன் விண்மீனாக விரும்பப் போகுது, வீடற்றவனுக்கு தான் வானம் கூரையாகும். அது பால்நதியில் தானே ஜனித்திருக்கிறது, ஆகவே உன் இடுப்பைவிட்டு வெளிவராது. ஆனால் அவ்வப்போது இடம்மாறிக்கொள்ளும். அதனால் என்ன?

வறுத்த கோதுமை நிற இடுப்புக்கு மேல் என் கரிய கைகளை வைத்தவுடனேயே எனக்கு.. ஏன் திருவரங்கப் பெருமான் ஸ்ரீதேவியின் பாதங்களை முத்தமிடக்கூடாது என்று தோன்றியது... மைலாப்பூரில் அப்படி ஒரு பொம்மையை சிலையைப் பார்க்க

முடியுமா? இடுப்பிலிருந்து கை விடுத்து மீண்டும் உன் கால்களை அடைகையில் என்னைச் சூழ்ந்தது மார்கழியின் வாசம்.

ஆம் நான் சொன்னது மார்கழியின் குளிரை அல்ல அதன் வாசனையை.

கட்டிலின் ஸ்ப்ரிங் நெளிந்து கொண்டிருப்பதை உணர்ந்தேன். தூக்கத்தைக் கலைக்காத முத்தங்களைக் கொடுக்க பயிற்சி பெற்றவனாக நான் இயங்கிக் கொண்டிருக்கும்போதே எனக்கு ஒரு நப்பாசை. நான் ஏன் இப்போது அந்த மைலாப்பூர் தாத்தாவிடமோ அல்லது பொம்மை செய்யும் கலைஞரிடமோ கனவில் வந்து திருவரங்கநாதனின் புதிய திருக்கோலம், ஸ்ரீதேவியின் பாதங்களை முத்தமிடும் விஷ்ணுவை பொம்மையாக்கக் கூடாதா என்று கேட்டுவிட ஆசை வந்தது.

'ஐயயோ அப்படிலாமா பொம்மை வைப்பாங்க?' என்ற என் மனக்கேள்விக்கு நீ பதிலாக இன்னொரு கேள்வி கேட்டாய்.

'உனக்குத் தெரியுமா ஒரு ஃப்ரெஞ்ச் ஆர்டிஸ்ட் புள்ளிக் கோலங்களை ஆய்வு செய்து அவற்றில் நவீன மொழியில் படங்கள் வரைஞ்சு காட்சிகள் வைக்கறாங்க. அதுல அவுங்க ஓர் எட்டுக்கு எட்டு கோலத்தைப் பற்றி விவரணை செய்தார்.. எட்டு போன்ற வடிவத்திலேயே மேலும் கீழுமாய் சிறிதும் பெரிதுமாய் இரு ஜோடி பாதங்கள் வரையப்பட்டிருக்கும் அதை 3டி (3D) பண்ணி பெரிதாகக் காட்டினால் ஓர் ஆண் பாதத்தில் அதாவது விஷ்ணு பாதத்தில் ஒரு பெண் அதான் ஸ்ரீதேவியின் பாதங்களை வைத்தது போன்ற ஒரு காட்சியை நம் அன்றாடக் கோலங்களில் வைத்துள்ளோம் என்று விவரணை செய்தார்.'

"வெரி இண்ட்ரெஸ்டிங் டா.." என்றாய். அதனாலத்தான் சொல்றேன் எராடிக்கெல்லாம் நமக்கு புதுசில்ல ஹனி, அது மார்கழியைப் போலவே விசேஷமாக நமக்குள் பனிரெண்டில் ஒரு பங்கு அங்கம் வகிக்கும். பாதாதி கேசம் என்று சொல்றது ரசிப்பதற்கான ஒருமுறை.. அதற்கும் மேல் பேசியது போதும் என்று என் வாய் பொத்தினாய்.

"ஐயா பாதாதி.. முடிஞ்சிருச்சுய்யா, வேற ஏதும் செய்யறிங்களா?" என்றாய்.

முயங்குவதற்காக பாயும்போது இந்த பால்வெளி எப்படி குறுக்கே வந்தது. தூசு படிந்த நட்சத்திரங்களினூடே வெப்பம், குளிர் இரண்டையும் கடந்தே லட்சம் கோடி கோள்களில் ஊடுருவி

ஊடுருவி தேடிக்கொண்டே போய்க் கொண்டிருக்கிறேன். எல்லாவற்றையும் கிழித்துக்கொண்டு தேடிக்கொண்டிருக்கும் அந்த இயந்திர நாற்காலி கிழட்டு விஞ்ஞானியையும் முந்திக்கொண்டு, மற்றொரு ஐரோப்பிய கிழவனையும் முந்திக்கொண்டு அதனை நோக்கி ஊடுருவிக்கொண்டே இருந்தேன். ஏதோ ஒரு கிரகத்தின் நகம் கீறி என் சுண்டு விரலில் ரத்தம் வர நிறுத்திப் பார்த்தேன். என் விரலை நீ எப்போதும் உறிஞ்சுவாயே என்று தோன்றிட...

பால்வெளியில் சுற்றிக்கொண்டிருக்கும் கிரகங்களின் வட்டப்பாதைகளில் படிந்திருக்கும் தூசுப்படலங்கள் நாகமாய் அங்கு எழுந்து நின்றது.

பள்ளிகொண்ட பெருமாள் என்று சொல்பவனின் தலையை வெட்டிவிடு என்று ஸ்ரீசக்கரத்தை விடுவித்துவிட்டு லேசாக அந்த வெண்சங்கினை ஊதிப்பார்த்தேன்..

"ப்ப்ப்வூஃஃஃப்ப்"

ஸ்ரீதேவியின் மாயக்குரல் விஷ்ணுவாகிய என்னை மீண்டுமொரு முறை அழைத்தது.

"டே எருமமாடு..."

மீண்டும் கிள்ளிப் பார்த்தேன். வலித்தது.

ஆனால் இந்தமுறை வலிக்கும்போது வேறு மாதிரி வலித்தது.

எழுந்து உட்கார்ந்தால் ஒரு பாய், சுற்றிலும் புத்தகங்கள், அருகில் என் சகாக்கள்.. என என்னுடைய அதே மேன்ஷன். இதென்ன ஸ்டீரியோ டைப் கதையாக இருக்கிறதே..

ஹனி எனக்கு இப்போது ஒரு சந்தேகம். நான் இப்போது அசலாக எங்கிருக்கிறேன்?

ஆனால் உன் கால்களைத் தேய்த்துவிட்டுக்கொண்டிருப்பதில் நீ கண்ணயர்ந்து தூங்க ஆரம்பிக்க, உன் கனவில் நானும் என் சகாக்களும் எங்கள் அறையில் தூங்கிக்கொண்டிருக்கிறோம் என நம்புகிறேன்.

விழிக்கும்போது நான் கேட்பதற்கு 'ஆம்' என்று சொல். கொஞ்சம் நிம்மதியாக இருக்கும். அப்புறம் நீ சீக்கிரமே தூங்கிவிடு. அப்போதுதான் நான் உன் அருகினில் வருவேன்.

ஏனென்றால் அதுதான் மெய்.

மீண்டும் சங்கொலித்தது. சுற்றிக்கொண்டிருக்கும் கிரகங்களிடமிருந்து சற்றுத் தள்ளியிருந்து மிதந்து கொண்டிருந்தேன். நிம்மதியாக இருந்தது...

ஒரு சம்பிரதாய தேநீர் சந்திப்பு அல்லது ஒரு விநோதமான கைத்தடியின் அசுவாரஸியமான கதை

அந்த நூலகக் கட்டிடம் ஒரு நூற்றாண்டு ஆனது என்பதைத் தெரிவிக்கும். அதைவிடப் பெரிய லண்டன் கடிகாரம் ஒன்று 'டண்டண்' என தன் இருப்பைக் காட்டிய சப்தத்தில் அவர் சொன்னது என் காதில் விழாததால் "என்ன?" என்று கேட்டேன்.

ஆறுதலாக என் தோளைப் பற்றி..

"வீட்டிற்கு வாருங்கள் ஒரு தேநீர் சாப்பிடுவோம்"

முதலில் அவர் அழைக்கும்பொழுது அது சம்பிரதாயமான ஒன்றுதான் என்று "வருகிறேன்" எனச் சொல்லி வைத்திருந்தேன். சம்பிரதாயம் என்று ஒன்றை பகுத்துப்பார்க்கும் அறிவு அதே போன்ற ஒன்றைத்தான் பதிலாகத் தரவும் அனுமதிக்கிறது பார்த்தீர்களா? இப்படித்தான் ஒவ்வொரு முறையும் சொல்லி வந்தேன்.

ஆனால் இந்தமுறை அந்தக் கேள்வி எனக்கு சம்பிரதாயமாகப் படவில்லை, இதையும் பகுத்துப்பார்க்கும் அறிவுடன் ஒப்பிட்டுப் பேச வேண்டாம். பழகிய இத்தனை நாட்களில் அவர் மிகவும் தன்மையான மனிதர் எனப் புரிந்துகொண்டேன். என்ன தன்மை என்றால்.. என்னால் சொல்லத் தெரியாது. பழகிய இத்தனை நாட்களில் இதுவரை அவர் அந்த ஒற்றைக் கேள்வியைத் தவிர வேறு ஏதும் என்னுடன் பேசியது கூட கிடையாது.

ஆனாலும் பல காலமாய் அவரை, சொல்லப்போனால் தினசரி அவரை, அப்படியென்றால் வெள்ளிக்கிழமை நூலகம் விடுமுறை ஆயிற்றே, இப்போது சரியாகச் சொல்கிறேன். அவர் நூலகம் திறந்திருக்கும் நாட்கள் எல்லாம்... (இருங்க முழுதாகச்

சொல்லிவிடுகிறேன்) நான் நூலகம் செல்லும் நாட்களெல்லாம் அவரையும் சந்தித்து வந்தேன்.

பொதுவாக நூலகங்களில் பரிச்சயமான முகத்தைக் கண்டாலே பேச வேண்டிய அவசியம் இருக்காது, நூல்களைப் படிப்பதைக் காட்டிலும் நூலகங்கள் வந்து போக இதனைவிட சிறப்பான காரணம் எதுவாக இருக்கக்கூடும். என்னைப் பொறுத்தவரை நூலகம் ஒரு சிறந்த யோக மையம். உங்கள் முன்னாள் காதலி, துரோகமிழைத்த நண்பன், பள்ளி நாட்களில் அடித்துத் துவைத்த ஆசிரியர்கள், ட்ரில் மாஸ்டர்கள், தடுப்பூசி போடுபவர், முக்கியமாக கடன்காரர்களோ அந்த வங்கியின் பிரதிநிதிகளோ வந்தால்கூட சம்பிரதாய பேச்சுகளையோ அல்லது முறையான பதில்களையோ தரத் தேவையில்லை. ஏனென்றால் நீங்கள் சஞ்சரித்துக் கொண்டிருப்பது நூலகம் எனும் அற்புத உலகில். இவற்றில் இருந்து உங்களை தற்காத்துக்கொள்ள நீங்கள் செய்ய வேண்டியது எல்லாம் ஒரு மொழிபெயர்ப்பு பிரதிபோல் உருமாறிக்கொள்ள வேண்டியதுதான். கவனம் அப்போது உங்கள் கைகளில் குறைந்த எண்ணிக்கையிலான அல்லது நூலகங்களில் மட்டுமே கிடைக்கின்ற சஞ்சிகையோ அல்லது கெட்டி அட்டைப் புத்தகமோ இருத்தல் நலம். இது என்ன ஒரு கணக்கு என்கிறீர்களா. பொதுவாக ஓர் அனுமானம்தான். இங்கே நூலகங்களுக்காகவே நடத்தப்படும் பதிப்பகங்களென்று சில இருக்கின்றன. அவற்றின் நூல்கள் விநோதமான தலைப்புகளில் இருக்கும், சிலவற்றில் சம்பிரதாயமாக இருக்கும். விநோதமான முறையில் தோற்றமளிக்கும் ஒருவர் சம்பிரதாயமான நூல்களை வாசிப்பதும், சம்பிரதாயமான முறையில் தோற்றமளிக்கும் ஒருவர் விநோதமான நூல்களை வாசிப்பதும் அவர்களைக் காட்டிக் கொடுத்துவிடும். முதலில் லைப்ரரியன்களுக்கு. அப்புறம் என்னைப் போன்ற வழக்கமான வருகையாளர்களுக்கு.

முதன்முதலாக நான் வந்தபோது அப்படித்தான் மாட்டிக்கொண்டேன். சில வருடங்களுக்கு முன்னர் வேலைக்காக நடையாய் நடந்த களைப்பில் இளைப்பாறுதலுக்காக நூலகம் வந்த நான் கற்றை இயற்பியலைக் கையில் எடுத்து வைத்தபடி பக்கங்களை திருப்பிக் கொண்டிருந்தேன். க்வாண்டம் இயற்பியலைக் கையில் வைத்திருந்தால் நான் எப்படி கண்டுபிடிக்கப்படுவேன் என்று உங்களுக்கு சந்தேகம் தோன்றுவது இயல்புதான். ஆனால் அது ஓர் அசாதாரண புத்தகம். அப்படி என்ன அசாதாரணம்?

கடினமான தலைப்புகள் என்றால் அசாதாரணம் என்று

சொல்லிவிடுவாயா என்று என்னைக் கேட்கலாம்? ஆனால் தலைப்பு ஒரு காரணமே அல்ல. அந்தப் புத்தகம் ஓர் அசாதாரண பதிப்பகத்தால் பதிக்கப்பட்டது. நாட்டுடமையாக்கப்பட்ட ஒரு சரித்திர நாவலுக்கு பைண்டர் செய்த தவறினால் க்வாண்டம் அறிவியல் என்கிற அட்டை வந்துவிட்டது என்றாலும் கரிசனம் கொண்ட நூலகத்துறை அரசாங்கத்தின் நற்சேவகனாக அவற்றை ஏற்றுக்கொண்டது. என்னைப் போல் பல நூறுபேர் நூலகத்திற்கு வந்து வாசிக்காமல் ஓசியில் காற்று வாங்கி இடத்தை, இருக்கைகளைத் தேய்த்துவிட்டுச் செல்கிறோம் என உளவுத்துறையே அரசாங்கத்திடம் சொல்லிவிட்டதால் அவர்களை அடையாளம் காண பப்ளிக் ப்ரைவேட் பார்ட்னர்ஷிப் என்கிற திட்டத்தைப் போலே, சில பதிப்பகங்கள் தாமாக முன்வந்து இப்படியான புத்தகங்களை நூலகத்திற்கு அனுப்பி வைக்கின்றன. இதனைத் தடுக்க சில புல்லுருவி பதிப்பகங்கள் வழக்குத் தொடுக்க முற்பட்டாலும் அவர்களைப் புறங்கையால் ஒதுக்கிவிட்டு அரசாங்கம் வலிமையாக இயங்கிக் கொண்டிருந்தது.

இப்படித்தான் ஒருநாள்.. நான்கூட ஒருவனை அடையாளம் கண்டேன். முகத்தில் தெரிந்த அந்தப் பட்டணத்து ரேகை கிராமம் என்றால் அறிந்திராத லட்சணம், ஆனால் கையில் வைத்திருந்த புத்தகமோ "கிணற்றில் அறுந்து விழுந்த வாளியை மீட்பது எப்படி?" அவனைப் பற்றி புகார் சொல்ல அந்த நூலகரிடம் செல்கையில்தான் ஒருவர் என்னை கவனிப்பது தெரிந்தது.

"ஹெல்லோ" என்றேன்.

"வீட்டிற்கு வாருங்கள் ஒரு தேநீர் சாப்பிடுவோம்" என்றார்.

அதுதான் அவர் என்னிடம் பேசிய முதல் வாக்கியம், இன்றுவரையிலும் அதுவேதான். பின்னர் பல தினங்களில் பலமுறை நான் அவருக்கு 'ஹெல்லொ' சொல்வதும் அவர் என்னிடம் 'வீட்டிற்கு வாருங்கள் ஒரு தேநீர் சாப்பிடுவோம்' என்று சொல்வதும்.

அதுவும் நூலகங்களில் சில ஆண்டுகளாக அதிக நூல்களை எடுத்ததாக கையெழுத்திட்டவர்களில் நானும் ஒருவன் என்பதால் அந்நூலகத்தில் செல்வாக்கு மிகுந்தவர்களில் ஒருவனாகவும், சில பாதுகாக்கப்பட்ட இடங்களில் அமர்ந்து வாசிக்க அனுமதி பெற்றவனாகவும், அவ்விடத்தைப் பாதுகாக்கும் சற்றே பருத்த, ஆனால் சதா வாசித்து வாசித்து தன் உடலில் ஒரு கரிய மையின்

வாசனையை அணிந்திருக்கும் அந்த லைப்ரரியனின் அருகில் அமர்பவனாகவும் இருந்து வந்தேன். அதே லைப்ரரியனிடம் என்னைவிட மிகுந்த செல்வாக்கு பெற்றவராகத்தான் அவரும் அருகிலேயே அமர்ந்திருப்பார். இருந்தாலும் எங்கள் சம்பாஷணைகளில் வேறெந்த முன்னேற்றமும் இருந்ததில்லை.

சில சமயம் தோன்றினாலும் வழக்கமான ஹெல்லோவையும் கூட தவிர்த்துவிடுவேன். அவரோ என்னிடம் பேசுவதற்காகத் துளியும் மெனக்கெட யத்தனிப்பவராய் ஒருபோதும் எனக்குத் தெரிந்ததில்லை.

இந்த இடத்தில் அவரைப் பற்றி நான் கொஞ்சம் சொல்ல வேண்டும். வேடிக்கையைப் பாருங்கள், இந்தக் கதையே அவரைப் பற்றிதான். வெறுமனே நூலின் பக்கங்களைப் புரட்டுவது போல நான் ஏதேதோ சொல்லிக் கொண்டிருக்கிறேன். ஆனால் என்ன செய்ய? பல மாதங்களாக இந்த சிறு உரையாடலைத் தவிர வேறு எதுவும் எங்களுக்குள் நிகழாமல் இருக்கும்போது அவரைப்பற்றி உங்களுடன் நான் என்ன கதைக்க முடியும்? ஒரு வறட்சியான இண்டெர் டெக்ஸுவல் நாவலை வாசிப்பதைப் போன்றே எங்கள் கதையொன்றிற்கு நீண்ட காலவரிசையும் ஒன்றுமேயில்லாத விவரிப்புகளுமாக பக்கங்கள் இருக்கின்றன. குறைந்தபட்சம் எதிர்பால் மனிதர்களாக நாங்களிருவரும் இருந்திருந்தால், அவரை அவளாக சித்தரிக்கும்போது கன்னக்கதுப்பை, நீண்ட கழுத்தை, திரட்சியான மார்பகங்களை அல்லது / மற்றும் பிருஷ்டங்களை, விரல் நகங்களை, உதட்டுச்சாயங்களை, கண் மையினை, அவிழத் தயாராக இருக்கும் பித்தான்களை என ரசனையோடு மாடஸ்டி ப்ளைஸை, லோலிட்டாவை, அம்முவை வர்ணிப்பதை போல ஏதாவது எழுதியிருக்கலாம்.

ஆனாலும் சில விசயங்கள் இருக்கின்றன.

அவர் வாசிக்கின்ற தமிழ் நூல்களைக் கொண்டு அவர் நிச்சயம் வடக்காக இருக்க முடியாது என்று புரிந்தாலும் நிச்சயம் தமிழரல்ல, ஒருவேளை திராவிடம். இல்லை – இந்த விவரணையை இப்போது விடுவதே சாலச் சிறந்தது என்றாலும் அவர் நிச்சயமாக ஒரு கலப்பினத்தவராக இருக்கக்கூடும் என்று தோன்றியது. ஒருவேளை ஆங்கிலோ இந்தியன்? எதற்கும் விட்டல்ராவின் நூலின் பின்னட்டையைக்கூட பார்த்துக் கொண்டேன். அவரல்ல. இவர் ஆங்கிலோ இந்தியராக இருக்கலாம் என்றாலும், இவரது உடை இந்த நிலத்திற்கு மிகவும் அந்நியப்பட்டது என்பதால் ஒருவேளை

பார்ஸி இனத்தவராக இருக்கக்கூடும் என்று தோன்றியது. மீசையும், கிருதாவும், உயரமும், வெள்ளைத்தோலும் (இந்திய வெள்ளை அல்ல) அதனையே உறுதி செய்தது. நான் அதற்கு முன்பு இவரைப் பற்றி இவ்வளவு யோசித்தது கிடையாது.

இதற்கு முன்னரெல்லாம் அவர் வீட்டிற்கு அழைத்த போது, "இல்லை சார் வேலை இருக்கிறது / இன்னொரு நாள் சந்திப்போம் / சார் நிச்சயம் ஒருநாள் வருவேன்" என்றுதான் இருக்கும். பின்னர் ஒருநாள் அவர் அழைக்கையில் "இன்று எந்த வேலையும் இல்லை, வாருங்கள் போவோம்" என்றேன். அவர் இம்முறை சம்பிரதாயமாக அழைக்கவில்லை என்று எனக்கே ஆச்சரியமாக இருந்தது. என்னை அழைத்துக்கொண்டு நூலகத்தின் பிரதான வாசல்வரை வந்தவர்..

"என் கைத்தடியை மறந்துவிட்டேன்" என்று என்னை மட்டும் வெளியே நிற்க வைத்துவிட்டு, உள்ளே சென்றார். சற்று நேரத்திலேயே அவர் மீது எனக்கு சந்தேகம் வந்துவிட்டது. அவர் அதற்கு முன்னர் கைத்தடி வைத்திருந்தாரா என்று கூட நினைவில் இல்லை. அவர் முதியவர் என்று உங்களுக்கு சொன்னேனா? அவர் முதியவரென்றாலும் கைத்தடி தேவைப்படும் அளவுக்கு திடமற்றவர் அல்ல என்பது அவர் நூலகத்திற்குள் திரும்ப நுழையும் வேகத்திலேயே புரிந்தது. இருந்தாலும் சற்று நேரமே என்னால் காத்திருக்க முடிந்தது. அவர் எப்படியும் வேறுவாசல் வழியாகக் கிளம்பியிருப்பார் என அனுமானித்திருந்ததால் பெரிதும் ஏமாற்றமடையவில்லை. ஆனாலும் அவர் மீது ஏன் எனக்கு இத்தனை கோபம் என வியப்பாக இருந்தது.

காரணம் இதுவாகத்தான் இருக்கக்கூடும்: அவர் என்னையும் உங்களையும் போல சாதாரணமானவரோ, இயல்பானவரோ அல்ல. அந்தத் தோற்றம்தான் ஏமாற்றமற்ற நிலையிலும் கோபம் தலைக்கேற வைத்தது. வேகவேகமாக நூலகத்திற்குள் நுழைந்தேன். நாங்கள் பெரும்பாலும் உட்காருகிற 'அரிய நூல்கள்' பகுதியில் நுழைந்தேன். அந்த லைப்ரரியன் என்னை விசித்திரமாகப் பார்த்தார்.

"அந்தக் கிழவர் வந்தாரா?"

என் கோபம் குறித்து எந்தப் புரிதலும் இல்லாத அப்பெண் என்னை ஏலத்திற்கு செல்லவிருக்கும் விநோத பதிப்பகங்களின் புத்தகம் ஒன்றை பார்ப்பது போல் ஏளனமாகப் பார்த்தார். அவரிடம் மன்னிப்பு கேட்டுவிட்டு, நடந்தவற்றைச் சொன்னேன். அவர் அங்கு வரவேயில்லை என்று சொன்னார்.

நான் நினைத்தது போலவே நடந்தது என்று நிம்மதியாகத் திரும்பினேன். அப்பெண்மணி என்னைத் திரும்ப அழைக்காமல் இருந்திருந்தால், கதையும் இத்தோடு முற்று பெற்றிருக்கும். ஆனால் அவர் என்னை..

"ஹெல்லோ மிஸ்டர்" என்றார்.

மேலும்..

"ஆனால் அவர் கைத்தடியை விட்டுப்போய்ட்டார். அவரைப் பார்த்து நீங்கள் தந்துவிட முடியுமா?"

ஆகவே இன்னுமோர் அத்தியாயம் எழுத வேண்டியிருந்தது.

2

இரவெல்லாம் அந்தக் கைத்தடியைப் பார்த்தபடியே இருந்தேன். கைத்தடி என்றால் சாதாரணமான கேன் என்று நினைத்துதான் அவரிடமிருந்து வாங்கினேன். அதன் கனம் அது ஓர் அதிக விலை கொடுத்த வாங்கின தடியாக இருக்கும் என்று தோன்றியதால்.. அதனை நீங்களே அவர் மறுமுறை வரும்போது அவரிடம் சமர்பித்துவிடுங்கள் என்று சொல்ல முடியவில்லை. அவர் ஒரு பொருளை பாதுகாக்கும் பொறுப்பை ஏற்க இயலாது என்று எனக்கே ஒரு பதில் பிறந்தது..

நுட்பமான கலை வேலைப்பாடுகள் கொண்ட அந்தக் கைத்தடியின் மேல்பகுதி வெள்ளித்தகட்டில் பொருத்தப்பட்டிருந்தது, அந்தத் தகட்டின் மேல்முனையில் இருந்த இலச்சினை ஒரு கோப்பையைப் போலும், மேலிருந்து பார்க்கையில் கோப்பையின் குழியில் கங்குகளைப் போன்ற புடைப்புகளும் இருந்தன. மொத்த எடையில் 30 சதவீத பளு அதில் இருந்தது.

★★★

அடுத்த நாள் வெள்ளிக்கிழமை என்பதால் அதற்கடுத்த நாள் கைத்தடியை எடுத்துக்கொண்டு நூலகத்திற்குள் நுழைந்தேன். 'அரிய நூல்கள்' பகுதிக்கு சென்றால் அங்கே வேறொரு புதிய பெண் நூலகராக இருக்கையில் அமர்ந்திருந்தார். அதேபோல் அந்தக் கிழவரும் வந்திருக்கவில்லை.

நான் அந்த கிழவரைப் பற்றிதான் விசாரிக்க வேண்டும். ஆனால்

அந்த நூலகரைப் பற்றி விசாரித்தேன். அவர் பணி இடம்மாற்றம் பெற்று ஊர் சென்றுவிட்டார் என அறிந்தேன். அவர் எங்கே மாற்றலாகியிருக்கிறார் என்பதற்கு பதிலாக சுவற்றில் ஒட்டப்பட்டிருந்த மேப்பினைச் சுட்டினார். அந்தப் பெண்மணியின் செய்கை விநோதமாக இருந்தது. ஆனால் அதற்கு மேல் அவரோடு பேச எதுவுமில்லை என நகர்ந்துவிட்டேன். ஒரு நடுத்தர வயதில், உருவத்திற்கு பொருத்தமற்ற வாக்கிங் ஸ்டிக்கோடு என்னைப் பார்க்கையில் அவள் என்னைப் பார்த்து சிரித்திருக்க வேண்டுமென என் முதுகுத்தண்டு உணர்ந்தது. அந்த உணர்வு கையில் பற்றியிருக்கும் வெள்ளிக் கைப்பிடியில் இருக்கும் குளிர்மையை ஒத்திருந்தது. ஆனால் நான் பொருட்படுத்தியதெல்லாம் அந்தக் கிழவர் எங்கே?

3

முன்பைப்போலச் சாவகாசமாக இல்லாமல் கடந்த சில நாட்களாக நூலகம் திறக்கும்போதே முதல் ஆளாகவும், கடைசியாக வெளிவருபவனாகவும் இருந்து வருகிறேன். நான் அந்தக் கிழவர் வாசித்த புத்தகங்களை எல்லாம் நாமும் வாசித்தால் ஏதும் துப்பு கிடைக்குமா என்கிற யோசனையில் அவற்றைக் கடைப்பிடித்து வந்தேன். அப்போது நான் கண்டறிந்த விசயங்களில் ஒன்று அசுவாரஸ்யமான மனிதர்கள் என்று நாம் நினைப்பவர்கள் மிகவும் அற்புதமான வேறு ஓர் உலகைத் தெரிந்தவர்களாக இருக்கிறார்கள் என்பதுதான். கட்டிடக் கலை, ஜோதிடம், உணவு வகைகள், ஓவியங்கள், கல்வெட்டியல் ஆய்வுகள், மொழியியல் ஆய்வுகள் எனப் பல்வேறு துறைகளில் அவர் வாசித்து இருந்தார். கிஞ்சித்தும் இலக்கியங்களை அவர் சீண்டவேயில்லை. அறிவியல் நூல்கள் குறைவாக இருந்தன. சில நூல்களின் பெயரே விசித்திரமாக இருந்தது. எல்லாவற்றையும் குறித்துக்கொண்டே வந்தேன். அதில் பெரும்பாலான புத்தகங்கள் கட்டிடக்கலை, ஓவியங்கள், கலை பொருட்கள், சிலைகள் பற்றிய நூல்கள். அவற்றிலும் கட்டிடக்கலை குறித்தே திரும்பத்திரும்ப வாசித்திருந்தார். அப்போது எனக்கு ஒன்று தோன்றியது, "அவர் வீட்டிற்கு வா.." என்று சொல்லும் தொனி சற்று வித்தியாசமானது என்று. அவர் வாசிக்கும் நூல்களுக்கும் அவர் வீட்டிற்கும் ஏதோ சம்பந்தம் இருக்கும் என்று தோன்றியது. அதையெல்லாம் விட முக்கியமான ஒன்று தோன்றியது. நான் புரட்டிய புத்தகங்கள் யாவுமே முழுமையானது இல்லை என்பதுதான். ஆங்காங்கே சில தாள்கள் கிழிக்கப்பட்டு

இருந்தன. கிழிக்கப்படாத தாள்களும் கை வைத்தால் உதிரும்படி மோசமான நிலையில்தான் பாதுகாக்கப்பட்டு இருந்தன. இது குறித்து தலைமை நூலகரிடம் புகார் தெரிவிக்க வேண்டும் என்று உறுதி பூண்டிருந்தேன். அவர் சிலகாலமாக விடுப்பில் சுற்றுலா சென்றிருந்தார். இல்லையேல் இந்த நூல்களை நோண்டாமல், அவரிடம் நேரே முகவரி கேட்டிருக்கலாம்தான்.

கிழவர் வாசித்த புத்தகங்களிலேயே என்னை மிகவும் வியப்பில் ஆழ்த்திய புத்தகம் 'Mystic acoustical structures' என்கிற நூலும், 'The holy hand, thinks a lot' என்கிற நூலும்தான். திரும்பத்திரும்ப எடுத்து வாசித்திருக்கிறார். அவற்றின் பல பக்கங்களைக் கிழித்திருக்கிறார். நிறைய கோடுகளை இட்டிருக்கிறார். அவரைப் பற்றி புகார் ஒன்றைக் கொடுக்கலாமா என்று தோன்றியது.

4

தலைமை நூலகரிடம் கிழவர் பற்றிய தகவலைச் சொன்னேன். அப்படியெல்லாம் முகவரியைத் தரமுடியாது எனத் தீர்க்கமாக மறுத்தார். 'பணம் தரட்டுமா?' என்று கேட்டதற்கு என்னைத் திட்டினார். என் கையிலிருந்த அந்த கைத்தடியை காரணமாகச் சொன்னேன்.

"அவர் ஒருவேளை இறந்துபோனால் கூட, அவர் பொருளை அவரிடம் கொடுப்பதுதானே முறை" என்றேன். மேலும், 'நியாயமாக அதை நூலகராகிய நீங்கள்தான் செய்ய வேண்டும், நான்தான் வலிய வந்து இப்பொறுப்பை ஏற்றுக் கொண்டேன்' என்று சொல்லும்போது என்னிடம் அவர் கையை நீட்டினார். அவரிடமே கொடுத்தேன்.

அந்தக் கைத்தடியை வாங்கியவுடன் அதன் வெள்ளிப்பிடியை தொட்டுப்பார்த்தார்

"ஜில்லென்று இருக்கிறது" என்று சொல்லிவிட்டு திருப்பிக் கொடுத்துவிட்டார், கூடவே முகவரியையும்.

★★★

உடனேயே கிளம்பி அந்த முகவரி இருக்கும் பகுதிக்கு சென்றேன். நகரின் பெரிய பெரிய புள்ளிகள் வசிக்கும் கடற்கரையோர நிழற்சாலையில் இருக்கின்ற பங்களாதான் தலைமை நூலகர் கொடுத்த முகவரி. அந்த தெருவின் முனையில் நின்றிருந்த

அசட்டையான காவலாளியைத் தவிர அங்கே ஒரு மனிதரையும் காணவில்லை. ரொம்ப நேரமாக அந்த முகவரிக்கு வெளியே நின்று அந்தப் பெரிய மரக்கதவுகளைத் திறக்கலாமா வேண்டாமா என யோசித்துக் கொண்டிருந்தேன். கையில் இருந்த கிழவரது கைத்தடி ஒரு தைரியத்தைக் கொடுத்தது. காவலாளி இல்லாத பங்களாவின் பெரிய மரக்கதவை திறக்கும்போது, தீராத சோம்பலை முறிக்கும் ஒரு கொழுத்த நாயொன்றின் ஊளைச்சப்தம் கேட்டது போல இருந்தது.

வர்ணம் பூசாத பழைய பங்களா ஈரத்தின்பாற் பச்சையம் பூண்டிருந்தது. ஒவ்வோர் இரவும் மழை பெய்கிறது அல்லவா. பழைய டச்சுக் கோட்டைக்கு செல்வது போல் பிரம்மாண்டமான அந்த பங்களா பழைய கண்ணாடி விளக்குகளால் கேட்டிலிருந்து பங்களாவுக்கு வழிகாட்டியது. பாதையிலும் வெட்டப்படாத புற்கள் இருந்தன. எனக்காக காத்துக்கொண்டிருந்தவராய் சாய்வு நாற்காலியில் அமர்ந்தபடி நான் வருவதைப் பார்த்துக்கொண்டிருந்தார்.

அவர் பெயரைச் சொன்னேன்.

"க்ளாட் டு மீட் யூ" என்று சொல்லி என் பெயரையும் அவர் சொன்னார்.

நான் கொண்டுவந்த அவருடைய கைத்தடியைப் பார்த்ததும் என்னைப் பார்த்து புன்னகைத்தார். பின்பு தோளில் கைவைத்து..

"உள்ளே வாருங்கள் ஒரு தேநீர் சாப்பிடுவோம்" என்றார்.

சன்னமான தன் குரலில் தனது குடும்பத்தைப் பற்றி சொல்லிக் கொண்டிருந்தார். நானோ அந்த வீட்டின் தோற்றத்தை மிரட்சியோடு பார்த்துக்கொண்டிருந்தேன். கிழிந்து போன சோஃபா, திக்கித்திக்கி எரியும் குண்டு பல்புகள். அழுக்கேறி இருந்த சுவர். பெயர்ந்து போன தரைத்தளம் சுத்தம் செய்யப்படாமல் குப்பையாகவும் நாற்றம் மிக்கதாகவும் இருந்தது. உடைந்து போன பீங்கான் சாமான்கள், பூச்சாடிகள், அழுக்கேறியிருந்த நான்கைந்து காலனி பாணி பெரிய போர்ட்ரெயிட் ஓவியங்கள், சில மினியேச்சர்கள். பலகை இல்லாத ஊஞ்சல் கம்பிகள். செத்துப்போன பூனையின் வாடை வேறு. அந்த வீடு புணரமைக்கப்பட்டிருந்தால் ஒரு ஹெறிடேஜ் ரிஸார்ட்டாக மாற்றியிருக்கலாம் எனத் தோன்றியது.

"பயப்படாதீர்கள்.. இது நான் குடியிருக்கும் பகுதியல்ல.. நான் மேலே வசிக்கிறேன்" என்றார்.

ஒருவேளை மேலே சுத்தமாக இருக்கலாம் என்று நினைத்து அவரையே பின்தொடர்ந்தேன்.

அந்த பங்களாவில் நாங்கள் பேசுவது எதிரொலிக்கும்போது கேட்கும் குரல் வேறு யாருடையதைப் போலவோ இருந்தது. சொல்லப்போனால் திகிலூட்டியது. அதனால் அவரிடம் பேச்சு கொடுக்காமலேயே பின்தொடர வேண்டும் என்று நினைத்தாலும் ஒரு கேள்வி மட்டும் துருத்திக் கொண்டிருந்தது.

“இங்கிருந்தவர்கள் எங்கே போனார்கள்?”

“போனார்கள். அவ்வளவுதான்”

தொண்டை வறண்டு தாகம் அதிகமானது.

“மேலே செல்ல இந்த அறைக்கு வாருங்கள்”

ஸ்தம்பித்து நின்றேன். மேல்தளத்திற்கு செல்லும் வழி மிகவும் பிரகாசமான விளக்குகள் மேலே எரிந்து கொண்டிருப்பதைக் காட்டியது, நல்ல வாசனையும் கூடவே கமழ்ந்தது. மேலே நிச்சயம் சுத்தமாகத்தான் இருக்க வேண்டும் என்றாலும் செல்வதற்கான படிக்கட்டுகள் என்னை பயமுறுத்தின.

நல்ல விலையுயர்ந்த கற்களால் ஆன சுழலும் மாடிப்படிகள் மேல்தளத்தின் கூரையிலிருந்து கட்டித் தொங்கவிடப்பட்டிருந்தது. அதுவும் அது தரையைத் தொடாமல் இரண்டடி உயரத்தில் தொங்கியபடி இருந்தது. அந்த உயரமான கிழவர் எந்தக் கைத்தடியும் இல்லாமலே கால்களை உயரே வைத்து மேலே ஏறினார். அவர் பருமன் அப்படிகளில் ஏறியதும், பெண்டுலம் போல அது லேசான ஆட்டத்தைக் காண்பித்தது. ஒரு பெரிய மரக்கடிகாரத்தில் நுழைந்தது போன்ற பிரம்மை வந்து போனது. ஆம் கடிகாரம்தான். மேலே நான் சென்றுவிட்டால்.. ஒருவேளை இவரைப் போல நிமிட முள்ளாகவோ அல்லது சிறிய முள்ளாகவோ ஆகக்கூடும் என்று தோன்றியது. செத்தப் பூனை வாடை என்று நினைத்தது கூட ஒரு கிரீஸ் வாடை என இப்போது பகுத்துப் பார்க்க முடிந்தது. மணி ஆறு ஆக சில நிமிடங்களே இருந்தன. நான் எந்தவித அசம்பாவிதத்திற்கும் தயாராக இல்லாதவனாக பதட்டத்தின் ஒத்திசைவாய் துடித்துக்கொண்டிருந்த இதயத்தின் ஒலியை நிதானம் கொள்ள அடக்கிக்கொண்டிருந்தேன்.

“மேலே வாருங்கள் மிஸ்டர். ஒரு தேநீர் சாப்பிடுவோம்” படியின் விளிம்பில் நின்றபடி என்னிடம் கையை நீட்டினார்.

"இன்னொரு நாள் கட்டாயம் சாப்பிடுவோம் சார்"

பதிலேதும் கேட்கத் தயாராக இல்லாதவனாய் அங்கிருந்து வெளியேறினேன். திரும்பிவரும் வழியில்தான் கவனித்தேன் நான் இன்னும் அந்த கைத்தடியை கொடுக்கவில்லை என்று.

திருமுகம்

யாருமே இல்லாத அறையில் தன்னை யாரோ அழைத்தது போல் இருந்தது அவனுக்கு. க்வாரண்டைனால் முடங்கிப் போய்விட்ட அருங்காட்சியகம் என்பதால் அந்நியக் குரல் ஒன்று ஒலிப்பது சாத்தியமே இல்லை.

"குஞ்ஞூ" என்று அதே சப்தம் மீண்டும் ஒருமுறை ஒலிக்க, பிடரி மயிரிலிருந்து கணுக்கால் வரை சிலிர்த்தது. கையில் இருந்த பிரஷை அப்படியே போட்டுவிட்டு கதவைத் திறந்து வெளியே வந்தான். அருங்காட்சியகத்தின் மேலாளர் மலையாளி என்றபோதும் ஒருமுறை கூட அவர் மலையாளத்தில் அவனிடம் பேசியது கிடையாது.. தவிர அவர் குரல் ஒரு பழைய செட்டிநாட்டு வீட்டின் பராமரிக்காத மர பீரோவைத் திறந்து மூடும் கதவு ஒலி போல் சன்னமாக இருக்கும். இந்தக் குரல் பிரம்மாண்டமானது.

'அது ஒரு பிரம்மையாகத்தான் இருக்க வேண்டும்'

அது அம்மாநகரத்தின் எல்லைக்கு வெளியே இருக்கும் வாழ்வியல் அருங்காட்சியகம். நாட்டின் பல மாநிலங்களிலும் இருக்கின்ற மறைந்து போன, நலிந்து வரும் கலை, கைவினைகள், கைத்தொழில்கள், பாரம்பரியமிக்க கட்டிடங்கள், தொழிற்கூடங்கள், பட்டறைகள் என எல்லாமுமே மீட்டெடுக்கப்பட்டும் ஆவணப்படுத்தப்பட்டும் இருக்கும். ஒவ்வொரு பிரதேசங்களிலும் உள்ள வெவ்வேறு வகுப்பைச் சேர்ந்தவர்களது இருப்பிடங்கள். அவர்கள் அவ்வூரில் இல்லாததாலோ, இருக்க முடியாததாலோ அவர்களுடன் சேர்ந்தே இடம்பெயர்ந்து அந்த அருங்காட்சியத்திற்கு வந்துவிடும். அது போக கலை சார்ந்த வகுப்புகள், பயிற்சிப் பட்டறைகள், ஆலோசனைக் கூட்டங்கள், கருத்தரங்குகள் எனத் தொடர்ந்து நடக்கும். கைவினைக் கலைஞர்களுக்கான சிறிய சந்தை, புத்தக அங்காடி, நூலகம், முக்கியமாக ஓவியங்களைக் காட்சிப்படுத்த ஐந்து கலைக்கூடங்கள் இருக்கும். பெரிய அளவில்

அயல் மாநில, அயல் தேசத்து சுற்றுலாப்பயணிகள் வந்து செல்வார்கள். எளிமையான ரிசார்ட்டுகள் கூட இருக்கின்றன.

அப்படி நிறுவப்படும் வீடுகளில் இருக்கும் எல்லாவற்றையும் அமைத்த பின்னர் பழமை மாறாமல் அப்படியே கொண்டுவந்துவிட உழைக்கும் அணியில் அவனது பங்கு முக்கியமானது. அது கலைப்பொருட்களை மீட்டுருவாக்கம் செய்யும் பணி. அதில் நிறைய ஆய்வுகள் நடக்கும். பெரும்பாலும் அவனுக்கு ஆய்வுக்கூடத்தில்தான் வேலை. அதனால்தான் மற்ற துறையினர் வேலை செய்யாமல் இருந்த காலத்திலும் அவன் வேலை செய்யவேண்டிய அவசியம் இருந்தது. எனினும் அவனுக்கு அப்போது 'டீம் ப்ளேயர்' எனும் சொல் தந்த பயம் இருந்ததால் தனியாக வேலை செய்வதை ஆர்வத்தோடு ஒப்புக்கொண்டான்.

அவனை எல்லோரும் ரீஸ்டோரேஷன் ஆர்டிஸ்ட் என்று அழைப்பார்கள். அது ஒரு சவாலான பணி, இத்தகைய வேலையில் இருக்கும் ஒருவன் வெறுமனே கலையை மட்டும் தெரிந்துகொள்வதில்லை. வரலாறு, அரசியல், பண்பாடு குறித்த புரிதல்களும் இலக்கணங்களுக்கு நிகராக அறிவியலும் அறிவியலோடு ரசனையும்.. ஏன் கொஞ்சம் ஏமாற்றவும் கூட தெரிந்துகொள்ள வேண்டும்.

அவன் பணியாற்றும் ஆய்வுக்கூடம் அவ்வருங்காட்சியகத்திலுள்ள பெரிய கலைக்கூடத்தின் பின்புறமாக அமைந்திருப்பதால் வேறு எங்கே சொல்லவேண்டுமென்றாலும் அவன் முதலில் கலைக்கூடத்தைத்தான் கடந்து செல்ல வேண்டும். கலைக்கூடத் தளத்தின் பிரத்தியேக வடிவமைப்பு ஒவ்வொரு காலடி ஓசையையும் இரண்டு மூன்று முறை எதிரொலிக்கச் செய்யும். பெரும்பாலும் நடமாட்டம் உள்ள அருங்காட்சியகமாக, மேலே இருக்கின்ற தளத்தில் வகுப்பறை, ஆய்வுக்கூடம், அலுவலகம், நூலகம் போன்றவை இருந்ததால் எப்போதும் இயங்கிக்கொண்டிருக்கும். அருங்காட்சியகம் அந்த ஊரடங்கு கட்டுப்பாட்டால் ஐ.சி.யூவில் இருக்கும் நிம்மதியற்ற அமைதியை ஒத்த நிலையில் கலைப்படைப்புகள் சூழ இருந்தது.

மெல்ல மெல்ல பூனை நடைபோட்டு ஹாலின் மையத்திற்கு வந்தான். அது ஒரு வழக்கமான ஓவியக்காட்சியாக அமையவில்லை. சுவரோவியத்திற்காக ஒரு சுவரையே இன்ஸ்டலேஷன் செய்திருந்தார்கள். எனினும் அந்தக் கூடத்தில் நடக்கவிருந்த

பிரம்மாண்ட ஓவியக் கண்காட்சி தொடங்கிட ஒருவாரம் இருக்கையில் ஊரடங்கின் காரணமாக நின்று போயிருந்தது. பல வேலைகள் முழுவதுமாக முடிக்கப்படாமலேயே தூசு படிந்து தன் அடுத்த பரிணாமத்தை அவை எட்டியிருந்தன.

அது பிரபல ஓவியர் ஒருவரின் கைவண்ணத்தில் செயற்கையாக சுவரெழுப்பி வரையப்பட்டிருந்த முழுமை பெறாத ஃப்ரெஸ்கோ ஓவியங்களும் புடைப்புச் சிற்பம் போன்ற கலை வேலைப்பாடுகளும் பாழடைந்த கோயிலின் வாசனையைக் கடன் வாங்கியிருந்தது போன்ற உணர்வை அளித்தது. நான்கு மாதங்களாகக் கொஞ்சம் கொஞ்சமாகத் தூசு படிந்து கொண்டிருந்ததும் அதன் காரணமாக இருக்கலாம். அவர் பிரபல ஓவியர் என்பது கூட வழக்கமான ஒரு சொல்தான். அந்த அருங்காட்சியகத்தின் மிக முக்கியமான டோனர்களில் ஒருவர் என்பதும் கூடுதல் அம்சம் ஆகும்.

அண்ணாந்து பார்த்தால் அரங்கின் டூம் பிரம்மாண்டமாய் தெரியும். ஆனால் இந்த ஓவியரோ இயற்கை வண்ணங்களாலான மண்டல ஓவியங்களை மேலைநாட்டு பாணியில், செயற்கைக் கூரையை வைத்து அதிலே அவ்வோவியங்களை வரைந்து வைத்திருந்தார். அரங்கினை விட்டு வெளியேறும்போது அவன் தன் பால்யத்திலிருந்து வெளியேறியது போன்று இருந்தது.

அவனுடைய பால்யத்தில் மூன்று நான்கு முறை மட்டுமே போய் வந்த அந்த ஆதிகேசவனின் கோயிலின் ஞாபகமே அக்கலைக்கூடத்தைப் பார்க்கையில் வந்தது. அந்த ஓவியரும் கேரளாவைச் சேர்ந்தவர் என்பதால் அவனுக்கு இந்த ஞாபகம் வந்திருக்கலாம். அந்தக் கோயில் ஏனோ சின்ன வயதிலிருந்தே அவனுக்குப் பயத்தை மட்டுமே நினைவூட்டுவதாக இருந்தது. அந்தப் பிரம்மாண்ட தூண்கள் கொண்ட பிரகாரமும் சதா பிளிறிக்கொண்டிருக்கும் யானையின் நினைப்பும் கதகளி கலைஞர்களின் புருவ அசைப்பும் அக்கோயில் மீதே ஒரு வெறுப்பைத் தந்தது. எல்லாவற்றையும் விட கடவுளை தரிசிக்க மூன்று செங்கல் அளவு உள்ள துளை வழியாக எட்டிப் பார்க்க வேண்டும் என்கிற விதி. விளக்கொளியில் தகதகக்கும் என்று சொல்வார்கள். அது கடவுளின் எந்தப் பாகம் என்று ஒருமுறை கூட அவன் அறிந்ததில்லை. ஆனாலும் அவன் அம்மாவிடம் 'பார்த்தேன்' என்று பொய் சொல்லி வைப்பான்.

அப்பாவுக்குக் கிடைத்த வேலை மாற்றத்தால் அவ்வூரை விட்டு வந்ததில் பரம திருப்தி. ஆனால் ஏதோ ஒருநாள் அவன் டி.வி பார்க்கச் செல்லும் வீட்டின் அருகேயுள்ள வீட்டில் இருந்த ஒரு பூசாரி (அப்போது நம்பூதிரிகளை அவன் கொண்டை பூசாரி என்று சொல்வான்) பற்றிய டி.வி செய்தியை அவன் அம்மாவும் அப்பாவும் பேசிக்கொண்டிருக்கும்போது, அன்றைய இரவு முழுவதும் கதகளி நடனம் செய்யும் ஒரு கலைஞர் தன்னை அழைப்பதாக பயந்து பயந்து எழுந்தான். அவனுக்கு நன்றாக ஞாபகம் இருந்தது. அவனது தம்பி அவர்கள் குடியிருந்த வீட்டு உரிமையாளரின் பெண்ணிடம் 'அண்ணன் டவுசர்ல ஒன்னுக்குப் போய்ட்டான்' என்று சொல்ல அவர்கள் இருவரும் கைக்கொட்டி சிரித்தனர்.

அவனுக்கு பால்யத்தில் பல விசயங்களில் பயம் இருந்தது. ஏன் அந்த வீட்டு உரிமையாளரின் பெண் அவன் வயதுக்காரி. ஒருநாள் அவன் குளிக்கும்போது அவள் எட்டிப் பார்த்துச் சிரித்துவிட அன்றிலிருந்து அவன் குளிக்கச் செல்லும்போதெல்லாம் பயத்துடனேயே இருந்தான். அப்படி, தான் குளிக்கச் செல்லும்போதெல்லாம் அவள் தலைகீழாகவும் தண்ணீர் குழாய் வழியாகவும் ஓட்டைப் பிரித்தும் பக்கெட்டுக்குள் இருந்தும் கதவை உடைத்துக் கொண்டும் எட்டிப் பார்த்துச் சிரிப்பதாக அவனுக்குக் காட்சிகள் தோன்றும். சட்டையோடே தண்ணீர் ஊற்றிக் குளித்ததற்காக அம்மாவிடம் அடி வாங்கிய ஒருநாள்.. "அவ எட்டிப் பார்த்தா நீ ஏண்டா பயப்படுற? அவ மேலயே பேய்ஞ்சிடு" என்று சிரித்தான் அவன் தம்பி. அதற்குப் பின்னர் வெகு நாட்களாக அவள் எட்டிப் பார்த்தால் பேய்ஞ்சிடணும் என்றே தயாராக இருந்தான்.

இப்படியாக ஒரு பயம் வருவதும் அது நீங்குவதும் என சுவாரஸ்யமான வாழ்வில் கல்வி, உயர்கல்வி, வேலை, நிரந்தர வேலை என்கிற அசலான பயங்கள் வந்தவுடன் பழையன மறந்துவிட்டன.

ஆனால் அசரீரி போன்றே ஒரு வெங்கலக் குரலுக்கு பயந்துபோய், அருங்காட்சியகத்திலிருந்து வெளியேறி.. வெளியே அமைக்கப் பட்டிருந்த புல்வெளியில் மல்லாக்கப் படுத்துக்கொண்டான். தலைக்குப் பின்னே ஒரு செயற்கை குட்டையும், அதைக் குளமென நம்பச்சொல்லி நமுட்டுச் சிரிப்பில் ஒரு கிரானைட் புத்தனும் அவனைப் பார்த்துக் கொண்டிருந்தார்கள்.

புத்தனைப் பார்த்ததும் அமராவதி ஞாபகமும் தன் முதல் வேலையும் ஞாபகம் வந்தது. முதல் வேலையாக சில காலம் அமராவதியிலும் பின்னர் விசாகப்பட்டிணத்திலும் இருந்தான். தொடர்ந்து ஒரு டிசைனிங் நிறுவனத்தில் வேலைக்குச் சேர்ந்தான். பின்னர் ஆறு மாதத்தில் இன்னொரு வேலை, ஒரு வருடத்தில் மற்றொரு வேலை, அடுத்த மாதமே பழைய நிறுவனத்தில் வேலை எனத் தொடர்ந்தது. ஒருநாள் வீட்டில் கடன்வாங்கி இங்கிலாந்து சென்று வந்தான். ஆறு மாத பட்டயப்படிப்பு நிழற்படத்துறையில். நல்ல வேலைகள் கிடைத்தபோதும் அவன் சொந்த ஊரில் வேலை செய்ய விரும்பினான். இரண்டு வருடம் வரை அவன் அந்தப் புகழ்பெற்ற ஸ்டுடியோவில் புனரமைப்பு செய்யும் துறையில் வேலைப் பார்த்தான். அவனை ஒவ்வொரு முறையும் இடமாற்றம் செய்யப் பணிப்பது அவனது பயம்தான். அங்கிருந்து இந்த அருங்காட்சியகத்திற்கு வந்து நான்காண்டுகள் ஆகிவிட்டன.

மதம் மாறி, ஊர் மாறி, மாநிலம் மாறி தன் தந்தையின் வேலைக்கு ஏற்ப அவன் வாழ்க்கை மாற்றி அமைக்கப்பட்டது. அவ்வாறே அவன் வாழ்வில் பயம் வெவ்வேறு வடிவங்களில், பல்வேறு மனிதர்கள் வாயிலாக மாறிக்கொண்டிருந்தது. பக்கத்துவீட்டு சிறுமியில் ஆரம்பித்து, பள்ளியில் பயாலஜி ஆசிரியர், ட்ரில் மாஸ்டர், ப்யூன்கள் கொடுக்கும் சர்குலர் மீதான பயம் எனத் தொடர்ந்து வந்தது.

அருங்காட்சியகத்தில் இவனது வேலையை முழுமையாக ஏற்றுக்கொண்ட நிர்வாகம் அவனது கோரிக்கைக்கிணங்கி சவுண்ட் ப்ரூஃப் ஆய்வுக்கூடமாக மாற்றியிருந்தது. சத்தம் போட்டு அவன் அழைத்தாலும் வெளியில் நடமாடும் யாரும் கேட்கவும் முடியாது.. யாரும் நடமாடப்போவதும் இல்லை.

“குஞ்ஞூ” பழக்கப்பட்ட குரல் இல்லை என்றபோதும் அவனுக்குப் பரிச்சயமானது போன்ற ஒரு சந்தேகமே பயம் தருவதாய் இருந்தது. முன்பு போல் அல்லாமல் அவனுடைய மனமானது அவனது நிலை, பயம் இரண்டையும் கவனிக்கும் மூன்றாவது மன அடுக்கு ஒன்றைப் பக்குவமாக வைத்திருந்தது. இதற்கு முந்தைய பணியில் அவன் சந்தித்த ஒரு நபர், அவனுக்கு அளித்த கவுன்சிலிங்கும் சில பயிற்சிகளும் அவனுக்கு உதவின. நான்கு வருடம் ஒரே இடத்தில் வேலைப் பார்த்தது அவன் வாழ்வில் இதுதான் முதன்முறை. பக்குவப்பட்ட மன அடுக்கைத் தயார் செய்து வைத்திருப்பதன் மூலம் அவனுடைய சூழல், அவனது பயம் இரண்டையும் ஆய்வு

செய்வதற்குப் போதுமான அமைதியை ஏற்படுத்திக் கொடுத்தால் போதும் அவன் வெகுவிரைவாக வெளியே வந்துவிடுவான்.

'என்ன தியானம் செய்யுறியா?' என்று கேட்டால் அவனுக்குக் கோபம் வரும். முதலில் தனக்குப் பயிற்சி கொடுத்தவரும் 'தியானம் செய்' என்றபோது அது தங்களுக்கு எதிரானது என்றான். அதனால் அவனுக்காகவே இந்த மூன்றாம் மன அடுக்குப் பயிற்சி என்கிற வகுப்பை எடுத்தார். அவர் அவனிடம் கட்டணம் கூட வாங்கவில்லை. அவனும் அவர் மீட்டுருவாக்கம் செய்ய விரும்பிய சித்தர்கள் பற்றிய ஆவணப்படத்தை மிகமிகக் குறைந்த கட்டணத்தில் செய்து தந்தான்.

புத்தனைப் பார்த்தபடி கண்களை மூடிக்கொண்டிருந்தவன் மூன்றாம் மன அடுக்குப் பயிற்சியை செய்யத் தொடங்கினான். பின்னர் பயம் கலைந்து மீண்டும் ஆய்வுக்கூடத்திற்குச் செல்ல ஆரம்பித்தான். கலைக்கூடத்தின் முடிவுறா படைப்புகளைக் கண்கள் பார்த்தாலும் அதன் மீது எந்த நாட்டமும் கொள்ளாமல் உள்ளிருந்து குரலெழுப்பியவாறே கவனத்தை மாற்ற அவற்றைத் தவிர்த்தான். பொதுவாகவே அங்கு நிறுவப்படும் வீடுகளின் வரலாற்றை, அந்த வீட்டு உரிமையாளரின் பெயரை அவர்கள் அரங்கினுள் வைப்பார்கள். ஆனால் அந்த வீட்டிற்கு அப்படியான முழுமையான தகவல் இல்லை. தமிழக-கேரள எல்லையில் இருக்கும் ஒரு அக்கிரஹாரத்து வீட்டில் இருக்கின்ற கலாச்சார சங்கமம் என்று அந்த வீட்டிற்குத் தலைப்பை வைத்திருந்தார்கள். நியாயமாக அவர்கள் சொன்னதன்படி பாலக்காடு அருகேயுள்ள ஒரு தமிழக கிராமம் எது என்பதைக் குறிப்பிட்டிருக்க வேண்டுமென்றுதான் அவனுக்குத் தோன்றியது. முதற்கட்டப் பணிகள் ஆரம்பித்தபோது பாலக்காடு அருகே என்றுதான் சொன்னார்கள். ஆனால் மேலாளர் இந்த வீட்டில் மட்டும் ஊர் பெயரைக் குறிப்பிட வேண்டாம் என்று சொல்லிவிட்டார்.

அந்த வீட்டில் தமிழகத்தின் கைவினைப் பொருட்கள், கலைப்பொருட்கள் என்று ஒருபுறமும், மற்றொரு பக்கம் கேரளத்துப் பொருட்கள் என்றும் (கேரளாவின் ஆதிக்கம் அதிகமாக இருந்தது) பிரித்து வைக்கும் குறிப்புகள் வேலை முடிந்திருந்தது. பெயர்த்து எடுத்த அந்த வீட்டில் வழக்கமாகக் கிடைக்கும் பொருட்களைக் காட்டிலும் கணிசமாகவே இருந்தது. தேவைக்கு மிஞ்சிய பொருட்களை விண்டேஜ் ஏஜென்சியில் விற்பதற்காக வாங்கிப் போய்விடுவார்கள் அல்லது எடுத்துப்போய் விடுவார்கள்.

அந்த வீட்டின் இன்ஸ்டலேஷன் முடிவதற்குரிய இறுதி வேலைகள் இவனுடையதே. மூன்று தொடிக்குளம் ஃப்ரெஸ்கோ ஓவியங்களின் பதிப்பு - பழைய மரச்சட்டகத்தால் ஆனது. கண்ணாடி உடைந்தபோது ஓவியங்களும் கிழிந்திருக்கின்றன. ஆதிகேசவன், பரசுராமன், த்ரிவிக்ரமப் பெருமான் ஆகிய ஓவியங்களை மறுபடி வரைய வேண்டும். இணையத்தில் கிடைக்கும் மாதிரிகளை photoshop-ல் distort செய்தே கிட்டத்தட்ட சரியான அளவில் மாதிரிகளை உருவாக்கிட முடியும். இல்லாமல் போன பாகங்களில் அவற்றை ஒட்டி டச்சப் செய்தால் அது முடிந்துவிடும். நிழற்பட வேலைகள் முடிந்ததும் ஓவியங்களைச் சரிசெய்யத் தொடங்குவான். ஏற்கனவே ஆதிகேசவனின் படத்தைத் தரவிறக்கம் செய்து ப்ரிண்ட் செய்தும் வைத்திருந்தான்.

அவ்வீட்டில் பொருத்த வேண்டியது இரண்டே நிழற்படம்தான். ஒன்று சிறுமி, இரண்டாவது க்ரூப் ஃபோட்டோ.

அவ்வீட்டில் சிறுவயதில் இறந்துபோன சிறுமியாக இருக்க வேண்டும். அவர்கள் வீட்டின் கன்னிதெய்வமென வணங்கிட பொட்டு வைத்திருந்ததால் முகம் மறைந்து போக, க்ரூப் ஃபோட்டோவில் அவள் சாயலில் இருக்கும் ஒரு பெண்ணின் முகத்தை அதில் வரைந்து கொண்டிருந்தான். ஈரம் காய்ந்து முடித்ததும் முகத்தை மீத பாகங்களின் தன்மைக்கு ஏற்ப பழையதாக்க வேண்டும். அதுவரை மற்றொரு வேலையைப் பார்க்கலாம் என்று உட்கார்ந்தபோதுதான் அவனுக்குள் இத்தனைக் களேபரம்.

"Family of Namputiri" எனும் க்ரூப் ஃபோட்டோவில் நம்பூதிரியின் முகம் மட்டும் அழிக்கப்பட்டது போன்று இருந்தது. வரைய வேண்டிய முகத்தின் reference-க்காக வேறு ஒரு படத்தை தந்திருந்தார்கள். உடற்கூறின்படி பொருத்தமில்லாமல் இருந்தாலும் அதுபற்றியெல்லாம் அவன் புகார் செய்யாமல் வாங்கிக்கொண்டான். அவனிடம் "நீயாக ஏதாவது ஒன்றை வரை" என்றாலே இறந்துபோன சிறுமியின் தந்தை முகம் எப்படி இருக்கும் என்று கற்பனையில் ஒன்றை வரைந்து இருப்பான். ஏனோ அவர்களும் சொல்லவில்லை அவனும் ஏன் என்று கேட்கவில்லை.

வாதுமைக் கொட்டைகளோடு ஆளிவிதைகளைச் சேர்த்து அரைத்துத் தயாரித்த இயற்கையான எண்ணையைக் கொண்டு மவுண்ட்டிலிருந்து பிரிக்கப்பட்ட நிழற்படத்தின் வெண் பஞ்சினால்

ஒற்றியெடுத்துத் துடைத்தான். கையில் வைத்திருந்த ட்ரையர் கொண்டு உலர்த்திவிட்டு பென்சிலால் நம்பூதிரியின் முகத்தில் ஒரு புள்ளியை வைக்கும்போது மீண்டும் அதே குரல்..

“குஞ்ஞூ, நீ என்னே அறியுமோ?”

அவன் பின்னால் ஓர் உருவம் இருப்பதை அவன் முதுகின் நுண்புலன்கள் அவனுக்கு உணர்த்தின. சூழல், பயம், விழிப்பான அமைதியை நாடும் உள்மனம். கண்களை மூடியே இருந்தான். இப்போது மீண்டும் வெளியே செல்லக்கூடாது என்று தீர்மானித்து இருந்தான்.

“அச்சனும் அம்மையும் சுகமல்லே?”

‘சூழல், பயம், விழிப்பான அமைதி... அவன் கெடக்கான் கிறுக்கன், நீ ஓடுறா டேய்..’

அவனுடைய புதிய கடவுளின் பெயரை உரக்கச் சொல்லியபடி மீண்டும் வெளியே செல்ல யத்தனித்தான். கணப்பொழுதில் அந்த உருவம் தன் இடத்தை மாற்றிவிட்டு கதவின் அருகில் சென்றது.

“பயப்படண்டா குஞ்ஞே”

அவன் வெளியே போக முடியாது என்றே தெரிந்தது. அவனது பால்யத்திலிருந்தே ஆச்சாரியார்கள், நம்பூதிரிகள் போன்ற எந்த பூசாரிகளைப் பார்த்தாலும் ஒருவித அச்சம் கௌவும் நிலையில்.. இப்படி ஆவியாகவே ஒருத்தரை காணும்போது அவனையும் மீறி கண்களில் கண்ணீர் வர ஆரம்பித்தது.

“குஞ்ஞே, நீ என்னே அறியுமோ?”

அந்த உருவம் நம்பூதிரி போல இல்லையென்றாலும், அவனைத் தெரிந்தவனாகக் காட்டிக்கொள்ளும் அதனை என்னவென்று சொல்ல முடியாமல் பதட்டமடைந்தான். சற்றைக்கெல்லாம் கொஞ்சம் தைரியத்துடன்..

“வாட் டூ யூ வாண்ட் ஃப்ரம் மீ?” என்றான். ஆவிக்கு என்ன மொழி தெரியும் என்கிற குரல் அவனுக்குள் கேட்டது.

அவ்வுருவம் மேஜையிலிருக்கின்ற அலுவலகம் கொடுத்த நம்பூதிரியின் ஃபோட்டோவைப் பார்த்து கையினை நீட்ட அந்த நிழற்படம் காற்றில் பறந்து குப்பைக்கூடையில் விழுந்தது.

“இனி நீ வரைஞ்ஞோளூ” என்றது.

உள்ளேயெழும் எந்தக் குரலுக்கும் பதில் சொல்லாமல் மேஜையின் மறுபுறம் சென்று கதவின் அருகில் இருக்கின்ற அவ்வுருவத்தைப் பார்த்தே அந்த நிழற்படத்தை வரைய ஆரம்பித்தான்.

அவ்வுருவத்தின் முகமும் அவனுக்கு ஏற்கனவே பரிச்சயமானது போன்றே இருந்தது. ஆனால் அவனது சந்தேகத்தின் தடயங்களைப் புரிந்துகொண்டது போல அந்த உருவம் லேசாக சிரித்தபடியே நின்றது.

"மோனே... நிங்களொரு கலாக்காரன் அல்லே?"

'அதே' என்றான். புள்ளிகளை வரையும்பொழுது நிறைய துர்காட்சிகள் மனத்திரையில் ஓடின. ஒரு சிறுமியின் மரணம், தற்கொலை, அநாதைப்பிணம், துர்மரணமென பழைய திரையரங்குகளின் ஸ்லைடுகளாக ஒவ்வொன்றும் சம்பந்தமில்லாத காட்சிகள்.

"ஆ புறத்துள்ள சித்திரங்களெல்லாம் நீ வரைஞ்ஞுதாணோ?"

'அல்ல' என்று கோபமாகத் தலையாட்டும்போதே வரைந்து முடித்திருந்தான்.

"ஓ அங்கனையானோ.. பக்ஷே நீ இனியும் என்னே மனசிலாக்கிட்டில்லா"

மூன்றாவது முறையாக அது கேட்டபோது கட்டுப்பாடு இழந்தவனாய் கத்த ஆரம்பித்தான். கையில் வைத்திருந்த பிரஷ்ஷினை அந்த உருவத்தின் மீது தூக்கியெறியும்போதே அவ்வுருவம் காணாமல் போனது.

அடுத்த கணமே அலுவலகம் நோக்கி ஓட ஆரம்பித்தான். ஆய்வுக்கூடத்தைத் திறந்ததும் அவன் பார்த்த காட்சி அவனை உறைய வைத்தது. உடனேயே கதவைச் சாத்தினான். அவனுக்குப் பழக்கமுள்ளவர்போல் பேசிச் சென்ற உருவம், தான் வேலை செய்யும் புது ப்ரொஜக்ட், தன் பால்ய நினைவுகள், கலைக்கூடத்தில் இருக்கும் ஓவியக்காட்சி இவைகளுக்குள்ளே இருக்கின்ற தொடர்பு குறித்த குழப்ப ரேகைகள் ஓர் அரூப கோட்டுச்சித்திரத்தை கேன்வாஸ் இல்லாமலேயே வரைய ஆரம்பித்தது.

கொண்டு வந்து இன்ஸ்டால் செய்யும் வீடுகளெல்லாம் அதில் வாழ்ந்தவர்களின் கதையையும், வாழ்க்கையையும் சொல்லிக் கொண்டுதான் இருக்கிறது என்று லைப்ரரியன் சொல்வார்.

அவர்களின் சாபங்களைத்தான் நாம் கட்டணம் கட்டி ஃபோட்டோ எடுத்து ரசிக்கிறோம் என்று அவர் பேசியது அவனுக்கு நினைவில் வந்தது. அதனாலேயே பெயர்த்து எடுத்துவந்த சுடலைமாடன் கோயில் அருகே அவர் எப்போதும் செல்வதில்லை.

அப்போது அவன் வேலை செய்யும் ப்ரொஜக்ட் வீட்டில் பொட்டு வைத்த சிறுமியின் ஃபோட்டோவை எடுத்துப் பார்த்தான். அந்த வீட்டின் கன்னித்தெய்வம் என்கிற டேக்லைன் கொடுத்து அதற்குக் கதை சொல்லும் ஒரு ஸ்டிக்கரும் ஒட்டுவதற்காக எடுத்து வைத்திருந்தார்கள். அந்தப் படத்தை திருத்தும்போதும் மேனேஜ்மெண்ட் கொடுத்த படத்தில் இருக்கின்ற முகங்களோடு ஒத்துப்போகாமல் வேறொரு முகம் அதில் இருந்தது. சொல்லப்போனால் அது அவனுடைய பால்யத் தோழியின் முகம். அவளது அம்மா தன் கணவனின் குடிபோதை தகராறு பொறுக்காமல் அவளது மகளையும் சேர்த்துக் கொளுத்திக்கொண்டாள். அவனுடைய அம்மா அம்முகத்தைப் பார்த்துவிட்டு வாந்தியெடுத்தபடி மயங்கிப்போனாள். ஆனால், அவனது இத்தனைக் கால அனுபவத்தில் வேலையில் நிகழாத பிழைகள் அப்போது நிகழ்ந்துகொண்டிருந்தன.

கொஞ்சம் தைரியத்தை வளர்த்தபடி மீண்டும் கேலரியின் கதவுகளைத் திறந்து முன்னேறினான். அவனுக்கு முன்னே இருந்தது பால்யத்தின் நினைவில் இருந்த அந்தப் பிரம்மாண்ட கோயிலின் பிரகாரம். அப்போது ஐந்தாவது முறையாக அவன் கோயிலுக்குள் செல்வது போல இருந்தது. யானைக்கு வைத்திருந்த தீவனம் சிதறிக் கிடந்தன. பசுஞ்சாணமும் ஒரு ஓரத்தில் இருந்தது. துவாரங்கள் வழியே வீசும் சில்லென்ற காற்றும் மேலே படுவதை உணர்ந்தான். துலாபாரத்தின் நோய்மையுற்ற 'க்ரீச்' சப்தம் அவனிடம் ஏதோ ஒன்றைச் செய்யச் சொல்லியது.

'மீண்டும் ஆய்வுக்கூடத்திற்குப் போகலாமா?' என்கிற தன் குரல் அவனை வந்த பாதையிலேயே திரும்பப் பணித்தது.

அப்போது எதிர் குரலாய்.. மீண்டும் "குஞ்ஞூ".

மீண்டும் முன்னேறினான்.

எண்ணெய், நெய், மஞ்சள், சந்தனம் கலந்த கருவறை வாசனை, தன்னை எப்போதும் அழைத்துச் செல்லும் தாத்தாவின் உச்சாடனம் காதில் கேட்டது. "நமோ நாராயணாய". அவன் நான்குமுறை

மட்டுமே சென்றிருப்பதாக அதுவரை நினைத்து வந்தது தவறு. தான் சிலநூறு முறையாவது அங்கு சென்றிருக்க வேண்டும் என்று புரிந்தது. கருவறை என்பது வாசனையில்தான் தெரியும். எப்போதும் எரியும் அந்தப் பிரம்மாண்ட குத்துவிளக்குக் கூட எரியவில்லை. ஏதேதோ துளைகள் வழியே கம்பி போல பாய்ச்சிய ஒளியைப் பிடித்து மேலும் நடந்தான். சாஸ்திரம் என்று சொல்லி இருள்படுத்தப்பட்டிருந்த அக்கோயிலின் கருவறை வாசலுக்கு அருகேயுள்ள இரண்டு செங்கல் அளவுள்ள துவாரம் வழியே எட்டிப் பார்த்தான். பிரகாரத்தில் நடக்க ஆரம்பிக்கும்போது உடன் வந்த, தான் எட்டிப்பார்க்க தூக்கிவிடும் தாத்தாவின் வாசம் அந்தக் கணமே மறைந்தது. தன் கையிலிருந்த செல்ஃபோன் டார்ச் வெளிச்சத்தைக் கொண்டு சுவற்றின் ஓட்டை வழியே ஆதிகேசவனைப் பார்த்தான். இதற்குமுன் எட்டிப்பார்த்தபோதும் தெரியாத கேசவனின் திருமுகம் அவன் செல்ஃபோன் ஒளி படுகையில் தகதகவென அவன்மீதே வேறொரு மஞ்சள் வண்ணத்தில் பிரதிபலித்தது. அவனுடைய முகத்தில் பட்ட ஸ்வர்ண ரேகையில் பல இரத்தப்பலிகளின் திட்டுகள் வாசம் குன்றாது இருந்தன. கேசவனின் பாதங்களில் தன் தலையால் முட்டிக்கொண்டிருந்த ஓர் உருவத்தின் கேவல் உரத்துக் கேட்க ஆரம்பிக்க.. மென்னியைப் பிடிக்கும் கோபம் கொண்டான். சட்டென்று தன்னை விடுவித்துக்கொண்டு கலைக்கூடத்தை விட்டு வெளியேறினான். கழற்றப்பட்டிருந்த தன் சட்டைப் பொத்தான்களும், வியர்த்தே நனைந்து போன அவன் சட்டையும் அவனை மேலும் பயமுறுத்தியது.

விறுவிறுவென்று அலுவலகத்திற்குள்ளே சென்றான். மேலாளர் வெளியே சென்றிருப்பதையறிந்து ஃபோனில் அழைத்தான்.

“சொல்லு மோனே”

‘சார் நம்ம கேலரியில ஒரு ஷோ.. இன்னும் இனாகரேஷன் பண்ணாமலேயே இருக்கே சார்’

“ஆமா நம்ம சுபாஷ் மேனனோடது”

“ஆமா நம்ம சுபாஷ் எந்த ஊர் சார்?”

அவன் எதிர்பார்த்த ஊரின் பெயரையே அவரும் சொன்னார்.

உலகின் அழகிய துயரம்

காலை சார்ஜ்ஜில் போட்டிருந்த செல்ஃபோன் இத்தனை வேகத்தில் தீரும் என அவன் எதிர்பார்க்கவேயில்லை. ஸ்விட்ச் ஆன் செய்ய மறந்துவிட்டிருந்தான். அவனது வாழ்நாளில் தவறிப்போன முதல் செயல் அது. வாடகைக்காரில் இருந்து இறங்கும்போதே மனம் அழுத்தம்பெற ஆரம்பித்தது. திமிங்கலத்தின் வாயெனத் திறந்து கிடந்த விமானநிலையத்தின் உள்ளே நுழையும்போது அவன் செல்பேசி மரணப்படுக்கையில் வரும் விக்கலைப் போல திக்கிக்கொண்டிருந்தது. வேகவேகமாக செக்-இன் செய்துவிட்டு தனது கடவுச்சீட்டினைக் கையிலெடுத்தபடி அடுத்தக் கட்ட சோதனைக்குச் சென்றான். சோதனைக்கான இடத்தில் செல்பேசியை ட்ரேயில் போடும்போது அது செத்தேவிட்டது. நீண்ட வரிசையில் அவனும் ட்ராலியில் வைத்திருக்கும் செல்லினைப் பார்த்தபடியே நகர்ந்துகொண்டிருந்தான். அவனது ஃபோன் இருந்த தட்டும் மின்மயானத்திற்கு செல்வது போலவே ஸ்கேனரில் நுழைந்தது. ஆனால் அவனுக்கு முன்னர் பதினைந்து பேராவது இருந்தார்கள். ரயில்வே கவுண்டர், ரேஷன் கடையைவிட விமானநிலையத்தின் தனிநபர் சோதனைக்கான க்யூ கொடுமையானது என்று அவன் தன் நண்பர்களிடம் சொல்வதுண்டு.. அந்த உரையாடல்கள் நடந்தே பத்தாண்டுகளுக்கும் மேலே இருக்கும். விமானப் பயணம் என்பது அன்றாடங்களில் ஒன்றாக மாறவில்லை என்பது மட்டுமே ஆறுதல். ஆனாலும் எங்காவது பயணித்துக்கொண்டேதான் இருக்கிறான். அது அவனாகத் தன்னை ஈடுபடுத்திக்கொள்வது. நாடறிந்தவன் என்று இவனைச் சொல்லிவிட முடியாது. நாடறிந்த மில்லியனர்கள் பலரும் அறிந்த பிரபலமான பெர்சனல் பாங்கர்.

அவனோடு படித்த கல்லூரி நண்பர்கள் வங்கித் தேர்வு எழுதிய காலம். விடாப்பிடியாக தனியார் வங்கியில்தான் வேலைக்குச் சேரவேண்டும் என்று சபதமிட்டுக்கொண்டான். கல்லூரிக்குச் சென்ற எல்லா நாட்களிலும் நூலகம் சென்று பொருளாதாரம்

குறித்த நாளிதழ்களை மட்டுமாக வாசித்து தன்னை வளர்த்தெடுத்தவன், திட்டமிட்டபடியாக அவன் வாழ்வு கூடவே வந்தபோது. நண்பர்களிடமிருந்தே விலக ஆரம்பித்தான். பெற்றோர்களுக்கு பொருளாதார ரீதியாக உடனிருப்பதைத் தவிர பெரிய தூரம் ஒன்றைக் கணக்கிட்டு கடைபிடித்தான். ஏழெட்டு வருடங்களிலேயே வெளிநாட்டு வங்கியில் பணி, மூன்று வருடங்களில் பதவி உயர்வு. அங்கிருந்து வேறொரு நாட்டிற்குச் சென்று மிகப்பெரிய தனியார் வங்கி ஒன்றில் தலைமை அதிகாரியாகப் பணியாற்றினான். அடுத்த ஐந்து வருடங்களில் வேலையைத் துறந்துவிட்டு, தனியாக ஒரு பெர்சனல் பாங்கிங் நிறுவனம் ஆரம்பித்தான். அவனது அனுபவத்தில் கிடைத்த வாடிக்கையாளர்கள் காந்த விசையில் ஈர்க்கப்படுவதைப் போல இவனைத் தொடர ஆரம்பித்தார்கள். வெவ்வேறு நாடுகளில் உள்ள தமது வாடிக்கையாளர்களின் முதலீடுகளைப் பரிந்துரைப்பது மட்டுமே வேலை. அவனது அலுவலகத்தின் மொத்த வேலையாட்களும் இதற்கான தரவுகளைச் சேமிப்பதற்காக அமர்த்தப்பட்டவர்கள். மற்றபடி உலகின் பல்வேறு கால மண்டலத்திலிருந்தும் இவனது வாடிக்கையாளர்கள் அழைத்துக் கொண்டிருப்பார்கள். இத்தனை முக்கியத்துவம் பெற்ற அவனது செல்ஃபோன் முதன்முதலாக இப்போது அணைத்து வைக்கப்பட்டிருந்தது.

சோதனை முடிந்து உடைகளைச் சரிசெய்தபடி செல்ஃபோன் ட்ரேயை தேடிப் பிடித்தான்.. சில்லிட்டிருந்தது. எப்போதும் இப்படி நடந்ததில்லை. சோதனையின்போது ஏற்படும் ஸ்ட்ரெஸ்ஸை ஈடுகட்ட.. சோதனை முடிந்ததும் அவனது மனம் ஜானிவாக்கர் பற்றி நினைத்துக் கொண்டிருக்கும். அது, பங்கு வர்த்தகத்தில் வாங்கும் ஆப்ஷன்களைப் போல. அவன் இயல்பு அது. மது அருந்துவதைக் கூட தனது தொழில் மனத்தோடுதான் பார்ப்பான்.

“உடல்தேவைக்கு எதற்கு ஈக்விட்டி மார்க்கெட் போகணும், நமக்குத்தான் ஆப்ஷன்கள் இருக்கே” என்பது அவனது பொன்மொழிகளில் ஒன்று. அவனது கடவுச்சீட்டின் முத்திரைகளே சொல்லும் அவனது உடல்தேவைக்காகவும் பலமுறை அவன் பிற தேசங்களுக்கு சென்று வந்ததை. ஆனால் அத்தகைய பயணங்கள் பங்கு வர்த்தகம் போல் ஏற்ற இறக்கத்தோடு அல்லாமல் சீரான இடைவெளியில் அமைந்திருக்கும். பங்கு வர்த்தகம், கமாடிட்டி, ரியல் எஸ்டேட், நலிந்த தொழில் நிறுவனங்களை வாங்குவது.

தீவுகள், ஓவியங்கள், கலைப்பொருட்கள் வாங்கும் ஒரு சிண்டிகேட் நிறுவனத்தில் இவனும் உறுப்பினராகியிருந்தான்.

மத்திய வயதைத் தாண்டியும் இளைஞனைப் போன்றே தோற்றமளிக்கும் அவனுக்கு, அவனது வாழ்க்கை முழுக்க இப்படித்தான் எல்லாவற்றையும் வேறு ஒன்றால் சமன் செய்ய முடியும் என்றொரு தீவிரமான நம்பிக்கை. அதுவொரு சிறிய நகரத்தின் உள்ளூர் விமானநிலையம். விமானநிலையத்தை ஒட்டியுள்ள பகுதிகளில் ஒரு பெரும்பகுதி நிலத்தை வாங்குவதற்கான பேரத்தில் தனது வாடிக்கையாளர் சார்பாக கலந்துகொண்டு திரும்புகிறான். உள்ளூர் விமானநிலையம் என்பதால் நேரே லவுஞ்சில் போய் அமர்ந்துகொள்ள இயலாது. ரயில்நிலைய முன்பதிவு கவுண்டர் போன்ற இரும்பு நாற்காலிகள். குளிரூட்டப்பட்ட அறை, துருப்பிடிக்காத இரும்பு நாற்காலிகள் என்பது மட்டும்தான் வித்தியாசம். அதுவும் கூட மாநகரத்து மெட்ரோ ரயில்நிலையம் என்கிற அளவிற்கு கூட வரவில்லை.

இருக்கையை நோக்கிப் போய்க்கொண்டிருந்தவனுக்கு அதிர்ச்சி தரும் வகையில் அவனது வாடிக்கையாளர்களுக்கு வாங்கிக்கொடுத்த அசலான ஓவியம் ஒன்றின் பிரதி சுவரில் மாட்டப்பட்டிருந்தது கண்ணில் பட்டது. சமீபத்தில் இதற்கும் முன்னர் மூன்று நான்குமுறை வந்து போனபோதெல்லாம் கண்ணில் மாட்டாமல் இருந்தது ஆச்சரியம்தான்.

தங்கமுலாம் பூசப்பட்ட ஒரு கேன்வாசில் ஐந்துக்கு நான்கு அடி என்கிற அளவில் கரும்பச்சை நிறப் பின்னணி வண்ணத்தில் சோகத்தில் கவிழ்ந்த ஒரு பெண் முகத்தின் கண்ணாடி பிம்பம் வரையப்பட்டிருந்தது. அதில் அந்த பிம்பத்தில் Aye Man என்று கையெழுத்திடப்பட்டிருந்து. அந்த ஓவியம் உலகப்புகழ்பெற்ற அயன் மேண்டி என்கிற செயற்கை நுண்ணறிவு வல்லுனரால் அவரது விடுமுறை காலத்தில் வரையப்பெற்ற ஓவியம். அயன் மேண்டியின் புகழினாலே புதிதென எதுவும் சொல்ல முடியாத நுட்பங்களைக் கொண்ட அவ்வோவியம். 'உலகின் அழகிய துயரம்' என்று பெயரிடப்பட்டிருந்த அவ்வோவியம் மிகக்குறுகிய காலத்தில் புகழ்பெற்றது.

லண்டனின் புகழ்பெற்ற காலரியில் அந்த ஓவியம் முதன்முதலாகக் காட்சிப்படுத்தப்பட்டது, யாரும் எதிர்பாராத அளவு அந்த ஓவியம் கவனம் பெற ஆரம்பித்தது. பத்திரிகைகள் "ஐ-ஃபோன் லாஞ்சிற்கு

இணையான வரவேற்பு" என்று செய்திகள் வெளியிட்டன. அவ்வோவியம் குறித்த செய்தியும் அந்தப் பெண்ணின் சோகத்திற்கான காரணம் என்னவாக இருக்கும் என்று கேலரிக்குச் சென்று பார்ப்பவர்கள் வெவ்வேறு காரணங்களை அதில் எழுதி வைக்க ஆரம்பித்தார்கள். க்வோரா, ட்விட்டர் போன்ற தளங்களில் அது பெரியதொரு கவனம் பெற்றது. ஐரோப்பிய கலையுலகில் அவ்வோவியம் பிரபலமடைந்து வருகிறது என்பதை அறிந்தவன்.. தாய்லாந்து நாட்டு எலக்ட்ரானிக் பொருட்கள் உற்பத்தி செய்யும் நிறுவனத்தின் அதிபரான ஓர் அமெரிக்க வாடிக்கையாளரின் பெரிய முதலீட்டினை அந்த ஓவியத்திற்கு பரிந்துரைத்தான். ஸ்விட்சர்லாந்து நாட்டின் ஜூரிச் விமானநிலையம் வழியாகக் கொண்டு செல்லப்பட்டு, ஒரு கேலரியில் அவ்வோவியம் பத்திரப் படுத்தப்பட்டது. அந்நகரில் இப்படி ஏராளமான கலைப் பொக்கிஷங்கள் பெரும்பணக்காரர்களின் முதலீடாக, கருப்புப் பணத்திற்கு மாற்றாக இவ்வாறு பாதுகாக்கப்பட்டு இருக்கும். ஊடகங்களில் வெளியான படங்களைக் கொண்டு ஓவியத்தில் இருக்கும் இத்தனை நுட்பங்கள் எவ்வாறு இந்தியாவில் வைத்து போலி ஒன்று உருவாகியிருக்கும் என்கிற கேள்விகள் அவனைத் துரத்திக்கொண்டே இருந்தன. அனுமதியின்றி இவ்வாறான பிரதியை எடுத்து அதுவும் ஒரு விமானநிலையத்தில் வைப்பது சட்டத்திற்கு புறம்பானது என்பதோடு ஸ்விஸ்ஸில் மறைத்து வைக்கப்பட்டிருக்கும் ஓவியத்தின் நகல் எப்படி இங்கே கொண்டுவரப்பட்டது? இது அசலான ஓவியமாக இருப்பின் எப்படி கொண்டுவரப்பட்டிருக்கும் என்ற யோசனை இவனை கலவரப்படுத்தியது.

ஓவியம் குறித்து நன்கு யோசித்துப் பார்த்ததில் அது 36-க்கு 26 இன்ச் எனும் அளவில் உள்ள ஓவியம் என்று தோன்றியது. விமானநிலையத்தில் இருப்பதோ ஐந்திற்கு நான்கு அளவிலான ஓவியம். மேலும் அந்த ஓவியத்தின் சட்டகம் மரத்தாலானது மட்டுமே என்கிற நினைவும் வந்தது. இங்கேதான் தங்கமூலாம் பூசப்பட்ட சட்டகம், இந்நாட்டு மக்களின் தங்கத்திற்கான ஏக்கம் வெளிப்படுத்தப்பட்டிருந்ததாக தனக்குத்தானே ஏளனம் செய்தான்.

'அயோக்கியத்தனம்' என்று மனதில் சொல்லிக்கொண்டே... ஏர்போர்ட் மேனேஜரிடம் சண்டைப் போட வேண்டும் என்கிற கோபமான உடல்மொழியோடு நகரலானான். எதற்கும் படம்பிடித்து வாடிக்கையாளர்களுக்கும், அந்த ஓவியத்தை விற்பனை செய்த கேலரிக்கும் அனுப்பலாம் எனத் தோன்றியது. ஆனால் செல்பேசியில்

உயிரில்லை என்கிற நினைவு வர, அதை சார்ஜ் செய்திட முனைந்தான். எல்லா சார்ஜ் பாய்ண்ட்களும் சார்ஜர்கள் பொருத்தப்பட்டு மறுமுனை கைப்பேசிகளை இணைப்பில் வைத்திருந்தன. அந்தநாள் தனக்கானது இல்லை என்று நினைத்தபடி ஒவ்வொரு சார்ஜிங் பாய்ண்ட்டிலும் நின்று கொண்டிருந்தான். ஒரேயொரு ப்ளக் பாய்ண்ட்டில் சார்ஜர் பொருத்தப்பட்டிருந்தும் கைப்பேசி சரியாகப் பொருத்தப்படாமல் இருந்ததால், அந்த இடத்தைத் தேர்வு செய்தான்.

இதற்குமுன் திருடியதில்லை. அல்லது புரோக்கர்கள், முகவர்கள், ஏஜென்சி இல்லாமல் நேரடியாகத் திருடியதில்லை என்கிற எண்ணம் அப்போது அவனுக்கு வந்ததும் அவசியமில்லை தான். இது எப்படி திருட்டாகும் என்கிற ஆறுதலையும் அவன் அகம் சொன்னது. இது க்ரைமின் எல்லைக்குள் வராத ஐந்து முதல் பனிரெண்டு வாட்ஸ் நான்-க்ரைம் தான் என்று தேற்றிக்கொண்டது.

அந்த சார்ஜரை கழற்றி வைத்து இரண்டு நிமிடங்கள் வரை பார்த்துக்கொண்டிருந்தான். யாரும் வரவில்லை, துரிதமாக அந்த துளைகளில் தனது சார்ஜரைப் பொருத்தினான். சார்ஜரைப் பொருத்திவிட்டு, தன் கைப்பேசியையும் இணைத்துவிட்டபின் சற்று ஆசுவாசமடைந்தான். உலகோடு அவனுக்கு இருக்கும் தொடர்பு கைப்பேசி இல்லையெனில் பத்து முதல் இருபது சதவீதம்தான் இருக்கும்.

சில நிமிடங்கள் கரையவும், தன் அருகே ஓர் ஆள் இருப்பதையும் தன்னிடம் பேசுவதற்கு முற்படுவதையும் உணர்ந்தான்.

அந்த நகரத்திற்கும், தேசத்திற்கும் சம்பந்தமே இல்லாதது போன்ற ஒரு பெண் நின்றிருந்தாள். நீல வண்ணத்திலும் நீளமான அலங்காரம் செய்யப்பட்ட உடையை அணிந்திருந்த பெண் அவனைப் பார்த்து கையை நீட்டினாள். சற்றும் பரிட்சயமில்லாத ஒருத்தியாகவும் எங்கேயோ சந்தித்தது போன்றும் ஒரு கலவையான உணர்வு அவனுக்கு வந்தது. அவளது தோளில் இருந்து தொங்கும் ஒரு கூடை போன்ற பையில் கங்காருக்குட்டி போல் அவனையே உற்றுநோக்கியபடி ஒரு குழந்தை இருந்தது. அந்த சார்ஜர் அவளுடையது என்று கைநீட்டினாள்.

'மன்னிக்கணும்' என்று அவன் போட்டிருந்த சார்ஜரை எடுக்கச் செல்கையில், அவனைத் தடுத்தாள். இத்தனைக் காலமாய் இல்லாத ஒரு சமன்குலைவு அவனுக்குள் நிகழ்ந்துகொண்டிருந்தது.

ஜீவ கரிகாலன் 93

தடுமாறியபடியே அவளிடம் பேசிக்கொண்டிருந்தான். அவளும் தான் பயணிக்கின்ற விமானத்தில் பயணிக்க இருப்பதாகவும், தனியாக வந்திருப்பதாகவும் தெரிந்துகொண்டான். அம்மாநகருக்கு அவள் முதல்முறை வந்ததாகவும், அலுவல் நிமித்தம் வந்து செல்வதாகவும் சொன்னாள். சார்ஜ் ஏறிக்கொண்டிருக்கும் கைப்பேசியினை இப்போது உயிர்ப்பிக்க வேண்டாம் என்றும் நினைத்துக்கொண்டான்.

ஒரு சில நொடிகளிலேயே அவன் கடந்து வந்த தேசங்களின் பெண்களோடு அவளை ஒப்பிட்டுக் கொண்டிருந்தான். உலகின் மிகச்சிறந்த அழகிகளின் குழுவிலிருந்து வந்தவள் என்று பட்டம் சூட்டலாம் ஆனால் முகத்தில் ஒரு பாதுகாப்பின்மையும், அச்சமும், கலவரத்தை மறைத்து வைத்திருக்கும் கதிர்வீச்சை உமிழும் கண்களும், பயணத்தால் வந்திருக்கின்ற கடும் வெப்பத்தைத் தாங்காத உதடுகள் தன் ரேகைகளை ஓவியங்களின் texture-ஐப் போலவே அவனுக்கு உணர்த்த அவள் உக்ரேனியனாக இருக்குமோ என்றும் எண்ணங்கள் பலவிதமாக மனச்சுவற்றில் சாயம் பூசிவிட்டு அதனைச் சுரண்டிக்கொண்டிருந்தது. அவள் ஏதோ தவிப்பில் இருப்பதும், அந்நியப்பட்டு இருப்பதும் உறுதியாக புலனாகியது. அவளது சார்ஜரை தொடாமல் இருந்திருந்தாலும், அவனிடம் இன்று பேசியிருப்பாள் என்று நம்ப ஆரம்பித்தான். பொதுவாக அவன் இப்படி நம்ப ஆரம்பித்தால், அவற்றை முதலீட்டாளர்களுக்கு பரிந்துரையாக்குவதை மட்டுமே செய்து வந்தான்.. நீண்ட காலம் கழித்து அவனது தொழிலை முற்றிலுமாக மறந்திருந்த விசேஷ நிமிடங்கள் என்று அவன் தன் அனுபவத்தை பின்னாட்களில் கூறினாலும் யாரும் நம்பப்போவதில்லை..

‘மேலும் ஒரு உதவி’ என்று அவள் கேட்க ஆரம்பிக்கும் முன்னரே, அதற்கு தயாராக இருந்தான். ஆனால் அவள் கேட்டிருந்த உதவி அவன் முற்றிலுமே எதிர்பாராதது, அவன் இத்தனை நாட்களாய் எதற்கு தன்னை ஆட்படுத்தக்கூடாது என்று சொன்னானோ அதுவே அவனது மடியில்.

“ஒதுங்கிடம் போய் வரும்வரை மான்யாவை பார்த்துக்கொள்ள முடியுமா?” என்று அவள் கேட்கையில் தயங்கியபடியே உட்கார்ந்தான்.

‘கொஞ்சம் எழுந்தால் உங்கள் தோள்களில்’ என்று மாட்டிவிட அருகில் வந்தாள்.

கைப்பையில் இருந்த சானடைஸரைக் கொண்டு கைகளை துடைத்துவிட்டு கைகளை நீட்டி வாங்கி மடியில் வைத்துக்கொண்டான். அக்குழந்தையை வாங்கும்போது அவளது எட்டு விரல்களை மட்டுமே அழுத்தமாகத் தொட முடிந்தது. அவளது நம்பிக்கையை அந்த ஸ்பரிசம் கெடுத்துவிட்டிருக்காது என்று நம்பினான். அவன் மான்யாவைத் தூக்கும்போது ஒரு மலர்க்கூடையைத் தூக்குவது போல்தான் இருந்தது. அவனைக் கண்டு அது மிரளவில்லை.

"அண்ணே மருமகனை தூக்கிக் கூட பார்க்கமாட்டியா?" என்று தங்கை கேட்டதற்கு, 'இன்ஃபெக்ஷன் ஆகிடும்லா' என்று சொன்னபடி செக்கில் பணம் எழுதிக்கொண்டிருந்தவன் அவன்.

சவுகரியமாக அவன் மடியில் மான்யா அமர்ந்து கொண்டிருந்தாள். அவள் என்ன வயசு, எத்தனை மாதக் குழந்தை என்றுகூட அவனால் புரிந்துகொள்ள முடியாத அளவு அது அவனது முதல் அனுபவமாக இருந்தது.. அந்த சிறிய நகரத்தின் விமானத்தளம் இதுபோன்ற பெண்களுக்கு கேர்டேக்கர்களை உதவிக்கு வைக்காதது குறித்து புகாரளிக்க வேண்டும் என்று தோன்றியது.

இத்தனை நேரமாய் அவனைக் கவனிக்காமல் இருந்தவர்கள், எல்லோருமே அவனைப் பார்ப்பது போல் இருந்தது. அவள் சவுகரியமாக உட்காந்திருந்தாலும், அக்குழந்தையை கீழே போட்டுவிடுவோமோ என்கிற பயமும், மற்றவர்களும் அப்படித்தான் நினைப்பார்களோ என்றும் நினைத்துக் கொண்டிருந்தான். கொஞ்சம் தலை சாய்த்தான். இரண்டு பென்னி ஸ்டாக்குகள் போல் சிறிதே தெரியும் பற்கள் கொண்ட வாயிலிருந்து ஒரு முழுமையான சிரிப்பு அவனைப் பார்த்து தலையசைத்து சிரித்தது.

'ஹோ.ஹோ.. ஸ்வீட் கேர்ள்.. கங்காருக்குட்டி' என்று உரத்த குரலிலேயே சொன்னான். அவனது குரலின் டெசிபல்களால் திடுக்கிட்டாலும் அவனைப் பார்த்து சிரித்தபடியே இருந்தது.

'மான்யா என்றால் என்ன?' என்று கைப்பேசி குரல்வழியாக கேட்டுவிட்டு அக்குழந்தையையே பார்த்துக்கொண்டிருந்தான். அது அவன் நினைத்தது போலவே ரஷ்யப் பெயர், உக்ரேனியர்களும் பயன்படுத்துவார்கள் என்று ஓர் ஆண் குரல் செயலியிலிருந்து 'மான்யா என்றாள் நேசிக்கப்படுபவள்' எனப் பதிலளித்தது. இப்போதெல்லாம் செயலிகளில் புது வெர்ஷன் வந்தவுடன்

ஏற்கனவே இருக்கும் செயலிகளில் ஒலிக்கும் பெண் குரலை ஆண் குரலாக்கிவிடுகிறார்கள். இப்படி ஒரு யோசனையைக் கொடுத்தவன் ஈடாக எவ்வளவு பெற்றிருப்பான் என்று நினைக்கும்போதே, அந்தக் குழந்தை சிணுங்க ஆரம்பித்தது. பக்கத்தில் வேறு ஒரு வயதான ஆள் அவர்களைப் பார்த்து திரும்பி நின்று கொண்டிருந்தான். என்ன வேண்டும் என்று கேட்டதற்கு "மான்யா என்றால் போற்றுதலுக்குரியவள், மலர்களால் பூஜிக்கத் தகுந்தவள் என்றும் சொல்லலாம்" என்றார்.

"நன்றி ஐயா"

"நல்லவேளை அது ஒரு உக்ரேனியனாகவே பிறந்தது" என்றார்.

"எந்த நிலத்தில் எது தேவையாக இருக்கிறதோ, அதைத்தான் அவர்கள் பெயரிலாவது வைப்பார்கள்" என்றார். அவனுக்கு அந்த முதியவரைப் பிடித்துப்போனது. மிக அருமையான மனிதராகவும், நல்ல படித்த மேதையாகவும் இருக்கக்கூடும் என நினைத்துக்கொண்டான்.

தன் வாழ்வில் அதிகப்படியான அந்நியர்களுடன் பேசிய நாள் என்று கடந்த பத்தாண்டுகளில் அந்நாளை அவன் நினைவில் வைத்துக்கொள்ளக்கூடும்.

பதினைந்து நிமிடங்களாகியும் அந்தப் பெண் வராதது சிறிதளவு கலவரத்தை ஊட்டியது. குழந்தை அழுதுவிடுமோ என்கிற பயம் வேறு மெதுவாக அதிகரிக்க ஆரம்பித்தது. வெளிநாட்டிலிருந்து வந்தவள் உஷ்ணம் தாங்க முடியாமல் உதடுகள் வெடித்திருந்தது ஞாபகம் வர, அவனாக அவளது வயிற்றில் பிரச்சனைகள் ஏற்பட்டால் தாமதமாக ஆகக்கூடும் என்கிற தற்காலிக நிம்மதியடைந்தான். குழந்தை அதன் உடலைத் திருப்பி அவனது வயிற்றுப்பகுதியில் கைவைத்தது. அதனை முழுமையாகத் தன் வயிற்றில் கிடத்த, அது படுத்துக்கொண்டது. எந்தவித கலவரமும் அடையாமல் கண்களை மூடிக்கொண்டது.

"உண்மையிலேயே அவளுடைய குழந்தைதானா இது? பூ, மலர் என்று கூட பிரித்துவிட முடியாது. இரண்டுமே பூ தான்"

தானும் இப்போது குட்டியைச் சுமக்கும் கங்காருவாய் மாறியதாக உணர்ந்தான். அந்தக் குழந்தையும் எப்படியாகினும் சாப்பிட்டுத்தான் ஆகவேண்டும் என டேபிளில் வைக்கப்படும் ஒரு காஷா கிண்ணத்தைப் போல் பொலிவாகவும் நிம்மதியாகவும் சிரித்த

முகத்தோடும் கண்களை மூடியிருந்தது. சுற்றி நடக்கின்ற எல்லாவற்றையும் மறந்துவிட்டிருந்தபடி குழந்தையை ரசித்துக் கொண்டிருந்த அவன்.. திடீரென்று சுதாரித்தவனாக நேரத்தைப் பார்த்தான். விமானம் அருகே செல்லும் ஃபீடர் பேருந்திற்காக மக்கள் க்யூவில் நின்றுகொண்டிருந்தார்கள். ஒரு வசதியும் இல்லாத விமானநிலையத்திற்கு சைலண்ட் ஏர்போர்ட் என்கிற பெருமை எதற்கு என்கிற கோபம். ஆனால் அதனை நீட்டிக்க நேரம் இல்லை.

சார்ஜரையும், கைபேசியையும் தன் கைப்பையில் போட்டுவிட்டு ஒதுங்கிடம் நோக்கி ஓடினான். அக்குழந்தை சத்தம் போடாமல் அவனையே கட்டிக்கொண்டது. ஒதுங்கிடம் அருகே சென்று ஒரு துப்புரவு பணியாளரை அழைத்து உள்ளே பார்க்கச் சொன்னான்.. 'ஒரு வெளிநாட்டுப் பெண், மான்யா அம்மா' என்றெல்லாம் அழைக்கச் சொன்னான். வெளியே இருந்தே கத்தினான்.

அதற்குள் அவனது பெயரைச் சொல்லி அழைக்க ஆரம்பித்தார்கள். வேறு ஏதாவது ஒதுங்கிடம் இருக்கா எனக்கேட்டபோது அவர்கள் விமானநிலையத்தின் மறுமுனையை, மேல்தளத்தில் இரண்டைச் சொன்னார்கள். அவனால் அக்குழந்தையைத் தூக்கியபடி ஓட முடியாது.

முதன்முறையாக அப்போது தன் வயது குறித்தும் எண்ணம் வந்தது. தன் மகள் மீது சிறிதும் அக்கறை இல்லாதவள் என்ன வகையான பெண்ணாக இருக்கக்கூடும் என்று அச்சம் வந்தது. முதலில் அமர்ந்த இருக்கை அருகே வந்து, அக்குழந்தையை அதே இருக்கையில் அமர்த்தினான். கையிலிருந்த சிறிய வாட்டர் பாட்டிலை அவளிடம் கொடுத்துவிட்டு நகர்ந்துவிட முனைந்தான். திரும்பிப் பார்க்காமல் செல்லக் கூடியவன்தான். ஆனால், அவனால் குழந்தையைப் பார்க்காமல் திரும்ப முடியவில்லை. அது அழுதால் கூட ஓர் இறுகிய மனம் உருவாகி அவனை அங்கிருந்து நகரும் தெம்பினைக் கொடுத்திருக்கும். அவன் எத்தனை அழுகையை, கெஞ்சலை, வேண்டுகோளை, பச்சாதாபங்களைப் புறந்தள்ளிவிட்டு எஸ்கலேட்டர்களில் ஏறியவன். ஆனால் மான்யாவின் முகத்தில் ஓர் இனத்தின் ஆயிரமாண்டு அச்சத்தின் தொடர்ச்சியை, கலவரத்தை உணர முடிந்தது. அதில் தான் வருங்காலத்தில் சந்திக்க இருக்கின்ற துயரங்களின் தடங்களும் இருந்தன.

வரலாறு குறித்த அவனது ஆர்வம் தன்னை பலவீனமாக்குகிறது என்று புரிந்துகொண்டான். இந்தமுறை ஒரு மலர்க்கூடையைப்

போலே அவள் எளிதான எடையாக இருக்கவில்லை. அது பொன்னாலான சிற்பம் போன்றே மகிழ்ச்சி தரும் எடையாகவும் இருந்தது. இதுபோல் இதயத்துடிப்பின் மாறுபாடும் முன்பு எப்போதும் அவனுக்கு நிகழாத ஒன்று. சிறுவயதில் மனதில் பதிந்த அம்மிக்கொத்து சப்தம், இப்போது தனக்குள்ளேயும் கைக்கடிகாரத்திலுமாய் கேட்டது. உள்ளே கேட்பது சற்று வேகமாகவும் இருந்தது.

“ஒருவேளை அவள் விமானத்திற்குப் போயிருந்தால்?”

This is our final call என்று சொல்லும்போது.. ‘ஹே’ என்று விமான சேவை அதிகாரிகளை நோக்கி கையசைத்தபடி மான்யாவையும் தூக்கிக்கொண்டு ஓடினான். இவ்வளவு நேரம் அருகில்தான் இருந்திருக்கிறான் என்கிற கோபத்தை கண்களால் காண்பித்த அந்தப் பெண்.

“போர்டிங்பாஸ்” என்று ஒரே அசையாக மாற்றி உச்சரித்தார். அதுதான் அவரது அதிகபட்ச கோபமாக விமான சேவை நிறுவனத்தின் விதிவரம்பிற்குள் இருந்தது.

“ஸாரி சார். உங்களுக்கு மட்டும் தான் இருக்கு. உங்க மகளுக்கு இல்லை”

“ஐயோ இவுங்க என் மகள் இல்லை. இவுங்க அம்மா விமானத்துல தன் குழந்தைய விட்டுட்டுப் போயிட்டாங்க”

“ஸாரி சார். இந்த வாயேஜ்ல ஒரு பாஸ் மட்டும்தான் மீதம். அது உங்களுடையது தான்”

“ப்ளீஸ் புரிஞ்சுக்கோங்க, இது எவ்ளோ சின்னக் கொழந்த பாருங்க டாமிட்”

சில நொடிகள் மவுனத்திற்கு பின்னர்.

“சார் ப்ளீஸ் புரிஞ்சுக்கங்க.. போர்டிங் பாஸ் இல்லாம யாரும் உள்ள போக முடியாது. ஃப்ளைட் கிளம்பணும்”

“சரி உங்க உயரதிகாரிய கூப்பிடுங்க.. குழந்தையோடு ஒருமுறை ஃப்ளைட்ல போய் பார்ப்போம், அவுங்க அம்மா உள்ளே இருந்தாங்க என்றால் கொடுத்துவிடுவோம்.. இந்தக் குழந்தைய எங்கே விட்டுட்டு வர..? அவுங்க ஜஸ்ட் ரெஸ்ட்ரூம் போறேன்னு என்னிடம் கொடுத்துவிட்டுப் போனாங்க”

கோர்வையே இல்லாமல் நா பிறழ அவன் பேசிய யாவற்றையுமே கேட்டுக்கொண்டிருந்தவர்கள். 'ஸாரி' என்று மட்டுமே பதிலளித்தார்கள்.

"நான்கே நான்கு வாசல்கள் உள்ள விமானநிலையம் இது, யாராவது உடன்வாருங்கள் பார்த்துவிடுவோம். இவர்கள் வேற்று நாட்டவர்கள் எங்காவது மாறி போயிருக்கலாம். நாமெல்லாம் மனுஷங்க தானே?" என்று ஆக்ரோஷமாக கத்திவிட.. அக்குழந்தையும் அழ ஆரம்பித்தது. உடன் அப்பெண்மணி விமானத்திற்குள் அறிவிப்பு செய்யும்படி வாக்கிடாக்கியில் சொல்லிவிட்டு, விமானநிலைய அதிகாரிகளை வரச்சொன்னார்.

விமானநிலைய அதிகாரியிடம் ஒப்படைக்கச் சொல்வார்கள் என்று அவனும் நம்பினான். குழந்தை அழத் தொடங்கியது. அதிகாரிகளிடம் முறையிட அவனிடம் நிறையவே புகார்கள் இருந்தன. ஆனால் கெஞ்சிக்கொண்டிருந்தான். ஆனால் அவர்கள் கேட்ட குறைந்தபட்ச தகவலைக் கூட அவனால் தர இயலவில்லை. அந்தப் பெண்ணின் பெயரென்ன என்ற அடிப்படை கேள்வி அது.

"நீங்கள் இந்த விமானத்தை தவறவிடுகிறீர்கள். இது சர்வதேச விமானநிலையம் அல்ல. அடுத்த விமானம் நாளைக்குத்தான். அதுவும் இந்த சர்வீஸ் வாரம் இருமுறை தான்" என்று கண்டிப்புடன் சொல்ல. அவன் குழந்தையை அதிகாரிகளிடம் ஒப்படைப்பதற்கு தயாரானான்.

அழுதுகொண்டிருக்கும் குழந்தையிடம் எப்படி மன்னிப்பு கேட்பது. பாதங்களைத் தொடுவது, நெற்றியில் முத்தமிடுவது, அந்தக் கைகளை எடுத்து முகத்தில் அறைவது, முகத்தில், நெஞ்சில் கால்களில் கைகளில் முகத்தை வைத்து மன்னிப்பிற்காக இறைஞ்சுவது. அது பற்றியிருக்கும் விரல்களுக்குத் தான் எத்தனை வலிமை!

விமான சேவை அதிகாரி அக்குழந்தையை வாங்கி, விமானநிலைய ஊழியரிடம் ஒப்படைத்தார். எமெர்ஜென்சி என்று வாக்கிடாக்கியில் பேசியபடி அக்குழந்தையை தூக்கிக்கொண்டு சென்றார். அலட்சியமாக அவர்கள் அக்குழந்தையைக் கையாள்வதாக அவனுக்குத் தோன்றியது. எதற்கும் விமானத்திற்குள் அவளது அன்னை ஒளிந்திருந்தால் ஓர் அறை விட்டு வெளியேற்றலாம் என்று ஒவ்வொரு இருக்கையாகத் தேடினான். அவன் கூடவே ஒருவர். ஒவ்வொருவர் முகமாகத் தேடுகையில் அவன் மீது எப்பவும் கவிழாத இருள் கவியத் தொடங்கியது.

இதுவரை சந்திக்காத தனிமையை உணர்த்துகின்ற பிரிவு அல்லது இத்தனை நாள் ஓடிக்கொண்டிருந்த வாழ்வின் விழுமியங்களை ஒட்டுமொத்தமாக உடைப்பதற்கு ஒரு சிறு கையின் வெப்பம் போதுமாக இருக்கிறது என்பதை உணர்ந்தான். அந்த உணர்வுதான் இருள் என்றால் அது இருளில்லை என்பதை உணர்வான்.

'இது இருளில்லை கரும்பச்சை வண்ணம்'

சீட்பெல்ட் போடும்படி அருகே வந்து காதினில் சொல்லிச் சென்றபோது அவனுக்கு சட்டெனத் தோன்றியது. விமானம் நிதானத்திற்குச் செல்லும்வரை அமைதியாக இருந்தவன்.. பையினில் இருக்கும் ஐ பேடினைத் திறந்து, அவுட்லுக் மெசெஞ்சரில் தன் காரியதரிசிக்கு ஒரு மின்னஞ்சல் அனுப்பினான். ஜூரிச்சில் அவர்கள் வாடகைக்கு எடுத்திருந்த கேலரியிலிருக்கும் 'உலகின் அழகிய துயரம்' ஒரு போலியானதாக இருக்கக்கூடும் என்று மின்னஞ்சல் அனுப்பிவைத்தான். மேலும் தாய்லாந்து பயணத்தை ரத்து செய்யவும் அதில் கூறியிருந்தான்.

இன்னொரு மெயிலில் அந்தச் சிறு விமானநிலையம் புதுப்பிக்கப்படுதல் தொடர்பாக வெளியிட்டிருந்த டெண்டரை மிகக்குறைந்த விலையிலாவது வாங்கிப் புதிப்பித்துத் தர முடியுமா என்று ஒரு நெருக்கமான வாடிக்கையாளருக்கு மின்னஞ்சல் செய்தான்.

க்வோரா செயலியில் அந்த ஓவியம் பற்றிய விவாதங்கள் நினைவுக்கு வந்தன. அவனும் கூட அதில் ஒரு காரணம் சொல்லியிருந்தான். தூங்குவதாய் கண்களை மூடி பாவனை செய்தபோது, மான்யா தொட்டுத் தடவிய தன் கன்னங்களில் தங்கம் பூசப்பட்டிருந்ததாகக் காட்சி ஓடியது.

குழந்தையை ஒப்படைக்கும்போது ஓவியம் இருந்த சுவர் வெற்றாகக் காட்சியளித்தது ஏன் என்கிற குழப்பம் தீர அவன் சொந்த வீட்டிற்கு பல மாதங்களுக்குப் பிறகு திரும்பச் செல்லக்கூடும். அதுவும் ஆத்மார்த்தமாய்.

ஒரு ஸ்டிக்கி நோட்டின் கதை

தொடர்ந்து அதிகாரத்திற்கு எதிரான கட்டுரைகளையும் விளிம்புநிலை வாழ்வியலைப் பற்றிய புனைவுகளையும் படைத்துவரும் நவீன கவிஞரான ஷண்முகசுந்தரம் சர்வீஸுக்காகச் சென்றுவந்த மெக்கிண்டோஷ் ஓபரேடிங் ஸிஸ்டம் கொடுக்கும் வசதியில் தான் தம்மால் படைப்புகளை எளிதில் கொணர முடிகிறது என்று எண்ணியபடி எழுத ஆரம்பித்த.. தாம் திருடிய மரண வாக்குமூலத்தைப் பற்றிய கதை இது:

'பப்ளிஷரிடம் 14-க்கு 8.5 இந்தியன் லீகல் காகிதத்தைப் பயன்படுத்தி அச்சிட்டு வெளியிட முடியுமா என்று கோரிக்கை வைக்க வேண்டும்..' என மஞ்சள் நிற டிஜிட்டல் ஒட்டும் காகிதத்தை கோப்பின் முகப்பில் வைத்துக்கொண்டார். அப்போது, ஏற்கனவே நல்ல காதல் கவிதைகள் அடங்கிய தொகுப்பு ஒன்றும் அதே காகிதத்தில் வெளிவந்தது ஞாபகத்திற்கு வர, அந்த பதிப்பகத்தாரை சாபமிட்டார்.

"முட்டாளுங்க.. லீகல் பேப்பரில் போய்... காதல் கவிதைகளை, ஜென் கவிதைகளை அச்சிடும் பேப்பரா அது.."

மிகவும் நேர்மையான, காலத்திற்கேற்ற புத்திக்கூர்மையுள்ள, அதே சமயம் எப்போதும் புறவுலகிற்கு அந்த எழுத்தாளர் வெளிப்படுத்தாத அவரது மனசாட்சி அவர் உதிர்த்த சொற்களுக்கு பதில் சொன்னது.

'பார்த்தாயா எழுத்தாளனே... அவன் எத்தனைப் பக்குவப்பட்ட மனமுடையவனென்றால் முத்துக்கள் போன்ற அந்தக் காதல் கவிதைகளை இந்த யதார்த்த உலகில் லீகல் பேப்பரில் அச்சிட்டு இருப்பான். அதனால்தான் அவன் எப்போதும் நம்பர் ஒன்றாக இருக்கிறான்.' என்று எழுத்தாளரை ஆற்றுப்படுத்தியது.

மனம் ஆறுதலடைந்த அவர் கீபோர்டில் கைகளை வைப்பதற்கு முன்னர் ஒவ்வொரு விரல்களையும் இழுத்துப் பிடித்து சரி செய்துகொண்டார். அவர் கைகளில் கட்டியிருந்த சோழிகளால் ஆன ப்ரேஸ்லெட் அறுந்து விழுந்து விளையாட்டை ஆரம்பித்தது.

தாயம்...

பிறப்பிற்கோ இறப்பிற்கோ இருக்கும் நிச்சயத்தன்மை போல உறவுக்கு ஏன் இருப்பதில்லை. ஏதோ ஒரு தாயத்தில் உள்ளே நுழையும் நொடியே பிரிவுக்கான நிகழ்தகவும் உருவாகிறது என்று தெரியாமல்தான் விளையாட்டைத் தொடர்கிறோம், அவர்களும் அவ்வாறே தொடங்கினார்கள்.

அவரும் அவ்வாறே எழுதத் தொடங்கினார்..

விளையாடிக் கொண்டிருக்கும் பகடைக்காய் தனது நிகழ்தகவு குறித்த அறிவைப் பெற்றிருந்தாலும், நிகழ்தகவுதான் ஆட்டத்தை தீர்மானிக்கிறது என்பதை பகடை ஒருபோதும் உணர முடியாது என்கிற எண்ணம்

பின்னர் ஒருநாள்..

அது ஆறு ஆண்டுகளுக்கு பின்னர், அவர்கள் பச்சை நிறக் காகிதங்களில் கையெழுத்துப் போட்டு முடித்ததும் எல்லாம் முடிந்ததாக அறிவித்தார்கள். அது அப்போதுதான் முடிந்ததா என்றபடி ஒருவரும், அப்படியெல்லாம் முடிந்துவிடுமா என்றபடி ஒருவரும் யோசித்துக் கொண்டிருந்தார்கள்.

மீடியேஷன் என்ற பெயரில் நடக்கும் கவுன்சிலிங் சந்திப்புகளில் முன்வைக்கப்பட்ட வெவ்வேறு கணிதச் சூத்திரங்களுக்கும் பிரிவு எனும் விடை ஒன்றைத் தீர்மானித்துவிட்டு தேற்றங்களையும் சமன்பாடுகளையும் மணிக்கணக்காகச் சொல்லிப் பார்த்தார்கள்.

அபத்தங்களின் கூடாரம் அதிகாரத்தின் உடுப்புடன் இருப்பதால், இங்கே அன்பு எறும்பு போன்றதுதான். காகிதங்களால் மாற்றக்கூடிய யாவற்றிற்கும்தான் மதிப்பு என்கிற காலத்தில்.. விரும்பினாலும் விரும்பாவிட்டாலும் உறவு என்பதும் பிரிவு என்பதும் அதிகபட்சமாகக் காலத்தை இழக்கிறது. குறைந்தபட்சமாக மற்ற அனைத்துமே..

அந்த நீண்ட படிக்கட்டுகளில் அவர்கள் ஒன்றாக இறங்குவதற்குள் ஏதாவது மாறிவிடாதா என்கிற உணர்வு இருவருக்கும் ஒருசேர

வந்து சென்றது இருவருக்குமே ஆச்சரியமாக இருந்தது. அது படிக்கட்டுகளின் சாபம். புணரும்போது முத்தமிடும் கால்களின் குளிர்ச்சிக்கு நேரெதிர் உஷ்ணத்தை தன் வாழ்நாள் முழுவதும் பாரமெனச் சுமக்கும் அந்தப் பழைய கட்டிடத்தின் ஓலம் தந்த உணர்வு. வெறுப்புக் கங்குகளோடு தங்கள் பாதைகளை வகுத்துக்கொள்ளும் எந்த மானுடரின் பாரங்களையும் தாங்குவதற்கு பிடிக்காத படிக்கட்டுகள்.. அவர்கள் இறங்குகையில் அவர்களிடம் இப்படி மன்றாடிக் கேட்கும், 'இன்னும் ஒருமுறை யோசித்துப் பார்' என்று. ஆண்டாண்டு காலமாக படிக்கட்டுகளின் ஓலம் இருபாலரின் செவிகளில் புகுந்தாலும் அவர்கள் இயர்-பட்ஸ் போலே அதை எறிந்துவிடுவதை தொடர்ந்துகொண்டிருக்கவே செய்தார்கள். ஆகவே, இனிவரும் காலங்களில் கால்களின் கங்குகளைக் கொண்ட ஜோடிகளை சாபமிட வேண்டுமென அன்று முதன்முறையாக அந்தச் சீக்குப் பிடித்த செம்மண் நிறக் கட்டிடத்தின் மேற்கு வாயில் படிக்கட்டுகள் இப்படி அவர்களை நோக்கிச் சாபமிடத் தொடங்கியது...

"அந்த இருவரில் குறைவாய் நேசித்த ஒருவர் தற்கொலை செய்தும் அதிகமாய் நேசித்த மற்றொருவர் கொலைப்பழி மனத்தோடு நூறாண்டுகள் வாழிய"

சாபம் சர்ப்பமென படிக்கட்டுகளில் இருந்து.. தமது கடைசி அடிகளை எடுக்க முனையும் பாதங்களைச் சுற்றிக்கொண்டது.

பாதம் படிக்கட்டுகளைச் சாபமிட்டது.

'முதிர்ந்த கன்னியின் பல்செட்டென ஒரேடியாகவும், பொலபொலவென விழாமலும் இந்த படிக்கட்டுகள் நாசமாகப் போகட்டும்' என்று..

அப்பொழுது தன் கோட்டைக்கு காரில் புறப்பட்டுச் சென்று கொண்டிருந்த அமைச்சர் ஒருவருக்கு சொல்லியிருந்த வாஸ்து நிபுணரின் எச்சரிக்கை ஃப்ளாஷ் நியூஸ் போலவே ஸ்க்ரோல் ஆனது.

"நிங்கட கேஸ் விசாரணைக்கு வரும் நீதிமன்றத்தின் மேற்கு வாசல் படிக்கட்டுகள் தப்பான ஸ்தானத்துல இருக்குன்னு அத இடிச்சு மாற்றிக் கட்டலைன்னா, தீர்ப்பின் உக்கிரம் உங்கள் ஆயுசுக்கும் களி திங்க வச்சுடும்னு பகவதி அம்மே மேல ஆணையிட்டு பறைஞ்சு"

ஓட்டை மலையாளம் பற்றி எதுவுமே தெரியாத அமைச்சரின் கரிய விழிகள் அந்தப் படிகளைக் கவனித்தது.

★★★

தற்கொலை செய்வதற்கு முன்பு எதையாவது செய்ய வேண்டுமென்று அவருக்குத் தோன்றியது. என்ன செய்யலாம்? ஒரு சிறிய நிறைவை அளிக்கும் பூரணமான கணம் ஒன்றை அப்படியே நிறுத்தச் செய்யும் செயலாக ஒரு தற்கொலை இருந்தால் அது ஆறுதலையும் விட மேம்பட்ட ஒன்றாகத்தானே இருக்கும். அறம் போலே ஆறுதல் என்பது ஒரு சூட்சுமமான பொருள் கொண்டது. வாழ்க்கை பிறப்பு மூப்பு இறப்பை விட அறம், பாவம், ஆறுதல், போன்றவை புரிந்துகொள்ள முற்படுகையில் ஏமாற்றுவது.

ஒரு காகித்தில் தற்கொலைப் பற்றிய குறிப்புகளை அவ்விருவரில் ஒருவர் எழுத ஆரம்பித்தார்.

- தற்கொலை உதிக்கும் கணம் ஏன் எப்போதும் தாமதமாகவே இருக்கிறது?
- மனமானது தற்கொலைக்கு முன்னர் செய்யத் தூண்டும் சாகசம் என்ன?
- அதிசயம் ஒன்றின் மீது ஏன் எப்போதும் பேராசை இருக்கிறது?
- உமது ப்ரியமான கடவுளின் தாயை ஏன் வசைபாடத் தோன்றுகிறது?
- ஏன் இப்படியெல்லாம் பசிக்கிறது?
- அழும்போதும் ஏன் சிரிப்பு வருகிறது?
- தற்கொலையில் ஒரு சோதனை முயற்சி எனும் வாய்ப்பு இருக்குமா என ஏன் தோன்றுகிறது?
- மொத்தம் எத்தனைப் பேர் தற்கொலைக்கான சோதனை முயற்சியிலேயே செத்துவிட்டார்கள்?
- நம் இறப்புக்கு அஞ்சலி செலுத்துபவர்களைப் பார்க்கையில் பெருமிதம் வருமா? ஆத்திரம் வருமா?
- அதற்குப் பின்னரும் பார்க்க முடியும்தானே?
- இப்படி யோசித்துக் கொண்டிருப்பவர்கள் செத்துப் போயிருக்கிறார்களா?

- கூகிளில் தற்கொலைக்கு முன்னர் என்ன செய்ய என்று தேடினால் முதலில் வருவது விளம்பரமா அல்லது அறிவுரையா?
- மனநல ஆலோசகர்கள்தான் போதிய அளவு தூக்கமாத்திரைகள் கிடைப்பதற்கு வரமளிப்பவர்களாக இருக்கிறார்கள் என்பதை அறிந்திருக்கிறோமா?
- உடல் தானம் செய்யப்பட்டால் உறுப்புகளைப் பெற்றவனும் தற்கொலை செய்வானா?
- இந்த நேரத்தில் தற்கொலை செய்தால் பேயாகத்தான் அலைவோமா?
- ஏன் இத்தனை யோசித்த பின்னரும் வாழ்வதற்கு ஒரு காரணம் கிடைக்கவில்லை?
- அருகில் ஒரு நல்ல தேநீரோ, காபியோ, வைனோ இருந்தால் செய்தியை எழுதும் நிருபர்களுக்கு ஒரு வசதியாக இருக்குமல்லவா?
- சாகும் முன் கொஞ்சம் தூங்கி எழுந்து யோசிக்கலாமா?
- ஒருவேளை நாளை விபத்தில் இறக்கப்போகும் விதியை மாற்றி, தற்கொலை செய்வது புத்திசாலித்தனமா? பெருமையா? அல்லது இன்ஷ்யூரன்ஸ் கம்பெனியின் லாபமா?
- ஒருவேளை உண்மையிலேயே மரணித்துவிட்டால்?
- நேற்று என் கையில், கடவுள் உங்களைக் கைவிட மாட்டார் என்று நோட்டீஸ் கொடுத்த பிரச்சாரகனைக் கொன்றுவிட்டால் மரண தண்டனை கொடுப்பார்களா?
- இந்தக் குறிப்புகளை முதலில் முழுவதுமாக யார்தான் படிப்பார்கள்?
- இந்தக் குறிப்புகளை முழுவதுமாக யார்தான் படிப்பார்கள்?
- அவர்கள் படிப்பதால் எழுதுவதன் பிரயோஜனம் என்ன?
- ஒருவேளை அவர்கள் மன்னிப்புக் கேட்டால் அல்லது திருந்திவிட்டால், என் பெயர் சொல்வார்களா?
- தூரத்தில் குரைக்கின்ற நாய்கள் பிறர் தற்கொலை மனத்தை புரிந்து கொண்டதாலா?

- அது வாழ்வை விட நித்தியமானது தானே?

தற்கொலைக் குறிப்புகளில் இருந்த ஒற்றுப் பிழைகளைத் திருத்தி, மெய்ப்பு பணி பார்த்து இறுதி வரைவைத் திருத்திக்கொண்டிருந்த சமயம் அவருக்கு அழைப்பு மணி...

"...."

தாளின் கடைசி வரிகளாக அவர் அதை எழுதி முடிக்கையில் அது களவாடப்படப் போவதை அறிந்திருந்தது.

களவுக்காட்சி

"சார்.. கோல்டன் ஹவர்ஸ் சார்.. ட்ராஃபிக்க க்ளியர் பண்ணிக் கொடுங்க"

"இருப்பா, அதான் தகவல் கொடுத்துருக்கேன்... விஷயம் தெரியும்ல அவுங்கள கைது பண்ணிட்டாங்க. ராவோட ராவா அவுங்கள சிறைக்கு கூட்டிப் போறாங்க"

"தெரியும் சார்.. உள்ள சூஸைட் அட்டெம்ப்ட்.. கொஞ்சம் க்ளியர் பண்ணி சர்வீஸ் ரோட்ல விட்டிங்கன்னா போதும்"

"சரி எதற்கும் ஒருமுறை தெறந்து காட்டு, ஃபோட்டோ எடுத்து வச்சுக்கறேன்... யோவ்.. வா அப்படியே மேல ஏறி ஒரு நோட்டம் வுடு"

தன் கைகளுக்குள் இறுக்கிப் பிடித்து வைத்திருந்த காகிதத்தை அவர் கீழே போட்டார்.

சாவின் பிரதி

அந்த நாட்டின் தகவல் தொழில்நுட்பத்துறையின் தலைநகரம் என்று அறிந்த அந்நகரம் தீநுண்மியின் பெருந்தொற்றால் ஏற்பட்ட ஊரடங்குத் தளர்வு காலத்தில், தன் சிறப்பை இழந்து வெறிச்சோடிக் கிடந்தது. வாகனநெரிசலுக்குப் பெயர் போன, அதே சமயம் நவநாகரிகத்தின் பிரதிநிதிகளாய் திரியும் யுவதிகளின் மிகுந்த எண்ணிக்கையால் எப்போதும் சோர்ந்து போகாத அம்மாநகரத்தின் தூசு படியாத மதிய வேளையில் கருப்பு நிற டூரிஸ்டர் ஒன்று கவலையற்றுப் பறந்தது. இருவரில் ஒருவன் ஓட்டிக்கொண்டிருந்தான்.

ஜீன்ஸ் அணியும் காலத்திற்கு முன்னே பிறந்த ஒரு காரணத்தாலும் செல்வக்குடி ஓவியனாக இருந்ததாலும், காலத்தால் அழியாத புகழுடைய கதைகளை அல்லது புராணங்களை அதன் மாந்தர்களை தான் வாழ்ந்த காலத்து மாந்தர்களாக பாவித்து அவர் வரைந்த ஓவியங்களின் அச்சுக்களையும் அல்லது சுண்ணாம்புக் கற்களையும் கூடவே சில ஓவியங்களையும் கடத்திக் கொண்டிருந்த ஐரோப்பியக் கொள்ளைக் கும்பலுடன் ஒப்பந்தத்தில் இணைந்த அந்நாட்டின் அரசியல்வாதிகளுக்கு அடுத்தபடியாகப் புகழ்பெற்ற கொள்ளைக் கும்பலில் எக்கு தப்பாய் செயல்பாட்டாளனாக அல்லது அங்கத்தினராகப் பொறுப்பேற்ற கிறுக்குத் திருடன், தன் முன்னே இருக்கும் கொள்ளையடிக்கப்பட்ட கலைப் பொக்கிஷங்களைப் பார்த்தால் வந்த போதையில் இருந்தான். எதன்மீதும் பற்றற்றவன் என்பதாலேயே இத்துறையில் குறுகிய காலத்தில் அவனுக்கு கிடைத்த வளர்ச்சி அது, ஆனால் அவன் ஒரு கலாரசிகன் என்பதாலேயே இத்துறையில்.

ஐரோப்பிய கொள்ளைக்காரர்களுக்கு அவ்வோவியன் வரைந்த படங்கள் எதுவும் தேவைப்படவில்லை என்று ஒப்பந்தத்தில் குறிப்பிட்டிருந்தாலும் பாரத குலத்து மன்னன் ஒருவனும் அப்ஸரஸ் ஒருத்தியும் சல்லாபித்த கதையில் வரும் ஓவியம் ஒன்றை தன் வீட்டுப் படுக்கை அறைக்குள் வைப்பதற்காகவும் வேறு சிலவும்

ஒப்பந்தத்தை மீறி கருவூலத்திலிருந்து கழட்டி வைத்திருந்தான் அந்த கிறுக்குத் திருடன்.

தலைமைக்கு வேண்டுவதெல்லாம் பதப்படுத்திப் பாதுகாத்து வைக்கப்பட்டிருந்த அந்த லித்தோகிராஃபி கற்கள் தான் என்றபோதும் வேலை அவ்வளவு சுலபமானது அல்ல. அவற்றை அவர்கள் சொன்ன தேதியில் ஏஜெண்ட்டுகள் மூலம் எமிரேத்திய நாடுகளில் உள்ள தளர்வுகளற்ற வணிகத் துறைமுகத்திற்கு ஏற்றுமதி செய்யவேண்டும். அதற்கு, ஊடகங்களில் அடுத்த தலைப்பு செய்தியாக மாறுவதற்குள் சுங்க அதிகாரிகளால் அனுமதி வாங்கி துறைமுகத்தில் கொண்டு செல்ல முடியும் என்று அவனது திட்ட அதிகாரிகள் உறுதியளித்திருந்தனர். அதன்படி அவர்கள் அதற்கான புரோக்கர்களிடமும் ஊடகங்களிடம் ஏற்கனவே பேசி வைத்திருந்த நேரப்படி தான் எல்லாம் போய்க்கொண்டிருந்தது.

அரசின் உளவுத்துறையால் வெளியிடப்பட்டு வைரலாகிக் கொண்டிருந்த, நாட்டின் மூட அமைதியை தக்க வைப்பதற்கு ஏதுவான அதற்காகவே பிரபலப்படுத்தப்பட்ட ஒரு புள்ளியின் சல்லாபக் காணொலியும், ஓர் இளம்பெண்ணின் வன்முறை மிக்க குரூரமான செயல்களைப் பதிவு செய்த காணொளியும் சமூக ஊடகங்களில் பரவியதால் கடத்தல் வாகனத்தை தடை போட்டு சோதனை செய்ய வேண்டிய சாவடியிலெல்லாம் எளிதாகத் தப்பித்து முன்னேறியது அந்த டூரிஸ்டர்.

அந்நகரத்திலிருந்து கடவுளின் தேசத்திலுள்ள ஒரு முக்கிய துறைமுகத்திற்கு அருகிலுள்ள ஒரு கிடங்கில் பொருட்கள் பத்திரமாக இறக்கி வைக்கப்பட்டிருந்தன. இணையத்தில் கிடைத்த காணொளி வாயிலாக பழைய அச்சு முறைகளின் ஒன்றான அந்த நுட்பத்தைப் பார்த்து வந்த கிறுக்குத் திருடன் கட்டி வைக்கப்பட்டிருந்த அந்த இயந்திரத்தை வெளியில் எடுத்தான்.

அந்த ஊடகத்தில் பொதிந்திருக்கும் ஓவியம் என்னவாக இருக்கும் என்று ஐரோப்பியனிடம் போனில் பேசுகையில் கிடைத்தச் செய்தி அவனுக்கு அத்தனை ஆர்வம் தந்தது. அவனது ஆர்வத்தை கவனித்த மாஃபியாக்காரன் அவனை எச்சரிக்கத் தவறவில்லை.

நூறு ஆண்டுகளுக்கும் மேற்பட்ட வின்ஸ்டோன் & சன்ஸ் லித்தோ அச்சு இயந்திரமும், சிவப்பு நிற எண்களால் குறியிடப்பட்டிருந்த சில சுண்ணாம்புக் கற்களும் இருந்தன. நூற்றாண்டுகள் பழமை மிக்க அந்தச் சாதனங்களைத்

தயக்கமில்லாமல் பயன்படுத்துவதற்கு தான் கல்தோன்றி மண் தோன்றா காலத்திலிருந்து வந்தவனின் பாரம்பரியம் என்கிற பெருமை இருக்கலாம். இல்லை திருடனென்றாலும் அநாதை விடுதியில் இருந்து வந்து வரலாற்றில் இளம் முனைவர் பட்டம் பெற்றவன் என்கிற பரிதாபம் ஐரோப்பிய மாஃபியாக்களுக்கு இருக்கும் என அவன் தப்புக்கணக்கும் போட்டிருக்கலாம். எண்ணெய் போன்ற இந்திய நீலச்சாயத்தை கனமான கண்ணாடி ஒன்றில் ஊற்றி அதனை உருளையில் உருட்டி உருட்டித் தேய்த்தான்.

பார்சலைத் திறந்த காரணத்தாலும், ஐரோப்பிய மாஃபியா மற்றும் உள்ளூர் அதிகாரிகள் மீதிருந்த அச்சத்தாலும் "தாயோளி என்ன காரியம் பண்ணுற" என்று கூப்பாடு போட்ட தன் சகாவை, தன் தாயைத் திட்டிய காரணத்தால் அல்ல தன் தாயைக் கொல்ல முடியாத காரணத்தாலேயே கையில் வைத்திருந்த நீலச்சாயம் ஒட்டிய உலோகத்தால் ஆன உருளையைக் கொண்டு அடித்தே கொல்ல ஆரம்பித்தான்.

அலறியபடி செத்துக்கொண்டிருந்த அவன் மேலும் மேலும் "அம்மா, அம்மா" என்று சொல்லும்போது அவன் இன்னும் வேகமாய் அடிக்க தலையில் வழிந்து கொண்டிருந்த ரத்தம், நீலம் கலந்தச் சிவப்பு சாயமென அவனுக்கு தோன்றியது. பின்னர் கூடுதல் பலத்துடன் ஓங்கியடித்துக் கொன்று அவனுக்கு திடீரெனத் தோன்றிய யோசனையை நடைமுறைப்படுத்தினான்.

கவின்கலையில் முதுகலைப் பட்டம் பெற்றுவிட்டு அவன் சாதியைச் சேர்ந்த பாராளுமன்ற உறுப்பினரின் அழைப்பின் பேரில் அவரது காரியதரிசியாகச் சேர்ந்த தன் நண்பனிடம் போனில் பேசி சில சந்தேகங்களை நிவர்த்தி செய்துவிட, அந்தச் சுண்ணாம்புக் கற்களில் மேலும் சில வண்ணங்களைச் சேர்த்தால் வெவ்வேறு அடுக்குகள் கிடைக்குமென்று நம்பி, மேலும் சில சாயங்களை வாங்க தொலைவிலிருக்கும் கடைக்குச் சென்றான்.

நாடு முழுவதும் வைரலாகிக் கொண்டிருக்கும் காணொளியில் வரும் பெண் வசிப்பது அவ்வூர் என்பதால் அவளைக் கைது செய்யப் போராட்டங்கள் நடைபெற்றுக் கொண்டிருந்தது. அதே சமயம் பெண்களால் முன்னெடுக்கப்படும் போராட்டத்திற்கு உண்டியலில் நிதி கேட்ட பெண்ணின் முகத்தைக் கூட பார்க்காது சாயம் படிந்திருந்த நோட்டுகளை உண்டியலில் திணித்தான். இத்தனை அமளி துமளியில் அவனுக்கு வரும் அழைப்புகளைப் பொருட்படுத்தவேயில்லை.

கிடங்கிற்கு வந்தவுடன் ஏற்கனவே வாங்கி வந்திருந்த, பாலிதீன் பையில் தன் சகாவினைக் கிடத்திவிட்டு பார்சல் செய்துவிட்டான். குற்றம் நடந்த தடம் தெரியா வண்ணம் இடத்தைச் சுத்தப்படுத்தினான்.

ஓவிய அச்சில் இருப்பதாக அவன் தெரிந்து கொண்டது அவன் பால்யத்திலிருந்து அவனைத் தொந்தரவு செய்த கதாபாத்திரம் அது. அதை வாசிக்கையில், பார்க்கையில், கேட்கையிலெல்லாம் அவனுக்கு அவனை அநாதையாக்கிய அம்மாவின் மீதே ஆத்திரம் வரும். அவளைக் கொல்ல முடியாத இந்த வாழ்வில்தான் தம்மால் எத்தனை கொலைகளையும் எளிதாகச் செய்ய முடிகிறது என்கிற வியப்பு அவ்வப்போது வரும். மற்றபடி செய்வது குற்றம் என்பது அவன் மனதார ஒத்துக்கொள்ளாத ஒன்று.

ஒருவேளை அவளைக் கண்டுபிடித்துக் கொன்றுவிட்டால் தான் அதுவரை செய்தது பாவம் என்று தோன்றலாம். அதுவரை தனக்கு எந்தக் குற்றவுணர்வும் வராது என்று நம்பியிருந்தான். உலகப் புகழ்பெற்ற மாஃபியா இவனைத் தொடர்பு கொள்கையில் அந்த நிழலுலகத்தில் அவன் மீது பெரிய அச்சமும், ஆச்சரியமும் உருவாகியிருந்தது. மது, மாது, சூது என எதிலும் அகப்படாத குற்றம் ஒன்றே கர்மமாய் கொண்ட கர்ணன் என்று அவனை அழைப்பார்கள்.

மீண்டும் தயார் செய்யப்பட்ட அந்த சுண்ணாம்புக் கல்லை, சரியாக இயந்திரத்தில் பொருத்திவிட்டு அதன் கைப்பிடியை நகர்த்தி காகிதத்தில் அழுத்தம் கொடுத்தான்.

அந்த ஓவியனின் பாணி என்றே சொல்ல முடியாத கோட்டுச் சித்திரமாக அது இருந்தது, விந்திய மலையின் ஏதோ ஒரு புள்ளியிருந்து வடக்கு நோக்கிச் செல்லும் சிற்றாறு ஒன்றில் வெப்பமெனத் தன் இயல்பில் தகிக்கும் சூரியனின் உஷ்ணம் அங்கே முதலைகள் இருப்பதைக் கண்டும் நீரருந்தும் மான்களையும் ஓர் ஓரத்தில் காட்சிப்படுத்தியிருந்தது. மரணத்தை அருகில் வைத்துக்கொண்டு தான் தண்ணீரைக் கூட குடிக்க வேண்டியிருக்கிறது என்று அது சொன்னது. கரையின் மறுபுறத்திலிருந்து காட்சியைச் சொல்லும் அவ்வோவியத்தில் தன் குழந்தையைக் கூடையில் வைத்து நீரில் விடும் சிறுமியின் தவிப்பை மையமாகக் கொண்டிருந்தது அது. தலைப்பக்கம் பிடித்தபடி ஆற்றில் தன் சிசுவை விடும் அவளுக்கு, ஆயுள் முழுக்க தண்டனை தருவதற்காக

அச்சிசுவின் முகத்தை மீண்டும் காட்டிட கூடையைச் சுழற்றத் தயாராக இருந்த அந்த கோரமான சிறிய நீர்ச்சுழல்கள் விதியை விட மூர்க்கமானவை. ஒரு கொலை கூட பண்ணத் தெரியாத சிறுமியென அவளை நினைத்து கண்ணீர் விட்ட போதுதான் தன் நினைவில் வந்தது உண்டியல் பணத்திற்காய் தன் கையில் திணித்த அந்தப் பெண்ணின் துண்டறிக்கை.

பெரிதாக செய்திக்குள் வராத அக்கலப்புத் திருமணத்தினால் ஏற்பட்ட பல அழுத்தங்களுக்கு மத்தியில் பிரசவம் செய்த postnatal care வழங்கப்படாத அந்த இளம்பெண்ணினை பாலியல் அவதூறு செய்யும் நெட்டிஸன்களை, கட்சிக்காரர்களை வசைபாடி எப்படியும் கல்லடிக்குக் காத்திருக்கும் அந்த முகம் நினைவற்ற பெண் அவன் மனதில் சலனத்தை ஏற்படுத்தினாள்.

தன்னை 'தேவ்டியா பையன்' என்று சொன்ன பள்ளி நண்பன் தான் தனது முதல் கொலைக்கான காரணம். ஆனாலும் அவன் சொன்னது உண்மை தானோ என்று குடையாத நாளில்லை. பின்னொரு நாள் அவன் அம்மாவையும் கொன்றேன்.

மீண்டும் சுன்னாம்புக்கல்லில் சிவப்பு நிற சாயத்தைப் போட்டு சிலிண்டரால் உருட்டி, அதனை இயந்திரத்தில் பொருத்திப் படியெடுத்தான். கிணற்றுக்கருகே ஆறு குழந்தைகளை நிற்க வைத்து தன் முதலாவது கைக்குழந்தையைத் தூக்கி எறிந்தவளின் தீமுகம். இதற்கடுத்ததாய் கிடைக்கும் நிம்மதியும் நிதானமும் மற்ற குழந்தைகளைக் கொல்லும்போது வரப்போவதில்லை, ஏன் சில குழந்தைகள் தாமாகக் கூட விழுந்திருக்கும். முதலாவதாகத் தேர்ந்தெடுத்த அக்குழந்தை தானே மற்ற ஆறு மரணத்திற்கும் அதன் தாய் மரணத்திற்கும் காரணம் என்று தோன்றியது. தன்னை வீசியெறிந்தவள் சிறுமியா? பெண்ணா? தமது எண் என்ன? தனக்கு ஏன் தந்தை என்பவன் மேல் கோபம் வரவில்லை? என்றெல்லாம் எண்ணம் உதித்தன.

மீண்டும் ஒரு படியெடுத்தான் ஹெக்டாரின் மரணத்தைக் காட்டும் பதினேழாம் நூற்றாண்டு ஓவியர் ரூபன்ஸின் படைப்பில் தெரியும் ஹெகாபா மகாராணியின் முகம் மீண்டும் படியெடுத்தான் இருபதாம் நூற்றாண்டின் அந்திமக் காலத்தில் கடன் தொல்லையால் தனது மக்களையே பாதாளத் தொட்டியில் போட்டு மூடிய முகங்கள், இருபத்தி ஒன்னாம் நூற்றாண்டில் வீசியெறிந்த, கருவிலேயே அழித்த, கழுத்தை நெறித்த, மாஸ்க் அணிவித்த,

தடுப்பூசிக்கு தடுத்த, தன் மாற்று உறவுக்கு தடையாய் இருந்த உயிரைக் கொன்ற என ஏராளமான thumbnail முகங்கள் கொண்ட கொலாஜ் படியொன்றை எடுத்து முடிக்கும்போது முதன்முறையாக அல்லது முதல் கொலைக்கு பின்னர் முதன் முறையாக அவனது கைகள் நடுங்கின.

பாலிதீன் பையால் லேமினேட் செய்திருந்த தன் சகாவின் பிரேதத்தை, மீண்டும் அந்த பார்சலில் இருந்து எடுத்து தன் மடியில் கிடத்தினான். இதற்கெல்லாமாடா கொலை செய்வார்கள் என்கிற ஆச்சரியப் புன்னகை இருந்தது.

"ஐயோ அம்மா..... அம்மா.." என்று கதறியபடி அந்தப் பிரேதத்தை மடியில் கிடத்தி முத்தமிடத் தொடங்கினான்.

ஒரு தத்தையின் குறுகியகால மீட்டர் கேஜ் பயணம்

எந்த சிந்தனையுமில்லாமல் ஒரு பயணத்தை மேற்கொண்டது குறித்து பெருமையும் குறையும் தோன்றாத அலையற்ற மனதை, ஒருநிலைப்படுத்தும் தேவை இல்லாத போழ்திலும் எதன்மீதும் குவிக்க முடியாமல் தோற்றுக்கொண்டே இருந்தது மனது. ஓய்வு காலத்தின் அடிப்படை இயல்பு இதுதான் என்று சொல்லும் ஓய்வு பெற்ற பல நண்பர்களுக்கும் எனக்கும் அடிப்படையிலேயே ஒரு வித்தியாசம் இருக்கிறது. என்றாவது ஒருநாள் அவளிடம் கேட்காமல் விட்டவற்றைக் கேட்பேன் என்கிற எண்ணத்தைத் தவிர துணைக்கு யாருமற்ற தனிமையின் அடர்த்திதான் அது. மற்றபடி எனது நண்பருடனான பழக்கத்தில் எத்தனையோ வகையான மனிதர்களை அடையாளம் தெரிந்துகொள்ள பழகியிருக்கிறேன் என்றாலும் என் தேடல் ஒருவருக்கானதே தவிர எந்த ஒரு பொதுமையைத் தேடியும் அல்ல.

அப்படி ஒரு நாளில், அரபிக்கடலின் மாலைநேரக் காற்றுக்கு பெருஞ்சலனமற்ற அந்தக் கடல் அலைகள் நங்கூரமிட்டிருந்த படகுகளில் தட்டியெழுப்பிய ஓசை, அருகே இருக்கின்ற புகழ்பெற்ற ஐந்து நட்சத்திர ஓட்டல் ஒன்றில் தயாராகவிருந்த அந்தப் பெரும் விருந்திற்கு முந்தைய சிறப்புரைக்கு முன்னதாக திட்டமிடப்பட்டிருந்த தபேலா கச்சேரிக்குத் தயாராவதற்காக உறைகளில் இருந்து எடுத்தவுடன் இன்னமும் மைக் பொருத்தப்படாத ஜோடி தபேலாக்களை ஸ்வரமற்று தட்டிப்பார்த்த ஓசையை ஒத்திருந்தது.

அம்மாலை நேர வெயிலின் மஞ்சள் ஊடுருவல் பிரம்மாண்டமான அந்த விடுதியின் உள்கட்டமைப்பையும் விடுதிக்கு வரும் முக்கிய விருந்தினர்களையும் அம்பலப்படுத்துவதால்.. அது யாருக்கும் புலப்படாமல் இருப்பதற்காய் நிறுவப்பட்ட அகண்ட தடுப்புச்சுவர் சமீபத்தில்தான் தன் உயரத்தை இரண்டு அடி கூட்டியிருந்தது.

அருகிலிருக்கும் வரலாற்றுச் சின்னத்தைப் பார்ப்பதற்கு உலகெங்கிலுமிருந்து வரும் பார்வையாளர்கள் அதே உணர்வில் அந்த சொகுசு நட்சத்திர விடுதியைப் பார்த்து வருகிறார்கள். சில ஆண்டுகளுக்கு முன்னர் வரை அத்தெருவில் புகைப்படம் எடுத்துக்கொள்பவர்களுக்கும், இன்று நிழற்படம் எடுத்துக்கொள்பவர்களுக்குமான வித்தியாசம் இருப்பதை அங்கே வசிப்பவர்கள் தெரிந்து வைத்திருக்கலாம்.

தனது மேற்புறத்து வடுக்களுக்கு சம்பந்தமேயில்லாததைப் போன்று வார இறுதியின் களியாட்டத்திற்கு வழக்கம் போலவே விடுதி தயாராக இருந்தது. நிறுவனங்கள் பெயர் தாங்கிய சிறு ஸ்டிக்கர்களை ஒட்டியிருந்த பல பன்னிரெண்டு ஸீட்டர் வாகனங்கள் தங்கள் ஊழியர்களை அனுப்பிக் கொண்டிருந்தது. ஒரு கட்சியின் முக்கியப் பிரமுகர்களாக வந்திருந்த ஸ்வேதிய வங்கி அதிகாரிகள் மூன்றாம் தளத்தில் முக்கியக் கருத்தரங்கம் ஒன்றை நடத்திக் கொண்டிருந்தது. பிரதான எதிர்கட்சிப் பிரமுகர்களின் கொடியேந்திய வாகனங்களும் கணிசமாய் இருந்தன. அவை ஆளுங்கட்சியின் கொடியேந்திய சொகுசு கார்களுக்குப் பக்கத்திலேயே இருந்தன. இஸ்ரேலிலிருந்து வந்திருந்த இருபதுக்கும் மேற்பட்ட சுற்றுலாப் பயணிகள், காலா கோடா திருவிழா முடிந்தும் ஊரைவிட்டுச் செல்லாத பணக்கார கலை ஆர்வலர்கள், வழக்கமான வாடிக்கையாளார்கள், சினிமா பிரபலங்கள், கிரிக்கெட் வீரர்கள், ஓவியங்களை வாங்குபவர்கள், ஐந்து நட்சத்திர எஸ்கார்ட் சேவகர்கள், லாபியிஸ்ட்கள், பங்கு வர்த்தகத்தில் செயற்கையாக பங்குகளின் விலையை ஏற்றும் குஜராத்திய ஆப்ரேட்டர்கள் மற்றும் அவர்களது ஏஜெண்ட்டுகள், வாடிக்கையாளர்கள், சில “G” நம்பர் பிளேட் போட்டிருக்கும் இரண்டு நட்சத்திர மூன்று நட்சத்திர அந்தஸ்துள்ள அதிகாரிகள், ஸ்பாவுக்கு செல்லும் அல்லது செல்வதாகச் சொல்லும் சீமாட்டிகள் என வார இறுதியின் உடையை உடுத்தியிருந்தது அவ்விடுதி.

கொஞ்சம் வழக்கமற்றதாகச் சொல்ல வேண்டுமானால், காலாகோடாவின் பிரதானச் சாலையில் இருக்கும் கேலரிகளிலேயே பிரதானமான கலைக்கூடத்தின் பிரம்மாண்ட அரங்கில் நடைபெற்று வரும் கலைக்கண்காட்சியோடு தொடர்புடைய அந்தச் சந்திப்பு தான் அந்த ஐந்து நட்சத்திர விடுதியில் அரிதாக நடக்கும் காட்சி என்று சொல்லலாம். அதுவும் ஒரு தனிநபர் கண்காட்சி. அவர் வங்காள விரிகுடாவின் காலை வெயிலில் சிற்றுண்டி அருந்தும்

ஒரு பாரம்பரியமிக்க தெற்கத்திய குடும்பத்தைச் சேர்ந்தவர் என்கிற, முற்றிலும் அந்நிலத்திற்கும் கலாச்சாரத்திற்கும் அந்நியமானவர் என்கிற குறிப்பைக் கண்காட்சியின் கேட்டலாகில் தன்னைப் பற்றி பதிந்து வைத்திருந்தவர். அது வேறு விதத்தில் ஒரு தொடர்பையும் பிணைப்பையும் உருவாக்கும் என்கிற தொனியுடனும் இருப்பதைப் புரிந்துகொள்ளும் திறன்மிக்க விமர்சகர்கள் நிச்சயமாக தன் ஊரில் இல்லை என்கிற தெளிவும் அவருக்கு இருந்ததை அவரது திடீர் உடை மாற்றமும், அலங்காரமும் காண்பித்தது. மேலும், அவர் எனது நீண்டகால நண்பர். இந்தக் கண்காட்சிக்காக நான்கு வருடங்கள் வரை அவர் திட்டமிட்டிருப்பதை அறிந்திருந்தேன். நான் வி.ஆர்.எஸ் வாங்கும்வரை ரயில் மியூசியத்தில் நடைபெறுகின்ற அவரது பெரும்பாலான கண்காட்சி தொடக்கவிழாவில் கலந்து கொள்வதுண்டு.

ஐ.சி.எஃப் இயக்குனரின் அபிமானம் பெற்றிருந்ததில் மாணவர்களுக்கான ஒரு சிறப்புக் கண்காட்சி ரயிலை வடிவமைக்கும் பொறுப்பை பெற்றிருந்த இயக்குனரின் ஊர்க்காரரான அவ்வோவியர் என்னிடம் நட்பு பாராட்டத் தொடங்கியிருந்தார்.

★★★

குளிரூட்டப்பட்ட அரங்கில் பொருத்தப்பட்ட மஞ்சள் நிற விளக்குகளின் மங்கிய வெளிச்சத்தில் பார்வையாளர்கள் அமர்ந்திருக்க, எல்.ஈ.டியின் மின்னணு வண்ணத் தீட்டல்களில் கண்களை மூடிக்கொண்டு தபேலா கலைஞர் இசையமைத்துக் கொண்டிருந்தார். உலோகப் புல்லாங்குழலில் அவருக்குத் துணையாக மற்றொரு கலைஞரும் தன்னை அவ்விசைக் கோர்வைக்குள் நுழைத்துக்கொண்டிருந்தார். அடுத்ததாக சிறப்புரை ஆற்ற வந்திருக்கின்ற பிரபலமான கவிஞரும், கலை விமர்சகருமான மிடுக்கான தோற்றமும் கொண்ட அந்த மத்திய வயது முக்கியஸ்தர், முதலாம் வரிசையில் மையத்தில் இருக்க.. உடனிருக்கும் ஓவியர் அவர்தம் நெருங்கிய நண்பர்கள், சில அரசியல்வாதிகள், ஓவியம் காட்சிப்படுத்தப்பட்டிருந்த கூடத்தின் மேலாளர் மற்றும் உதவியாளர், சில முக்கிய ஓவியர்கள், சில பத்திரிகையாளர்கள் தவிர்த்து காக்டெய்லுக்காக உறவமைத்துக் கொண்டு போத்தல்களையே பார்த்துக்கொண்டிருந்த வேறு சில கனவான்களிடையே அழைப்பே இல்லாமலும் இவ்வகையிலான கூட்டத்திற்குள் நுழையும் தந்திரமும் செல்வாக்கும் பெற்றிருந்த உள்ளூர் பத்திரிகையின் பத்தி எழுத்தாளர், விஸ்காம் படித்த

தகுதியுடன் ஆங்கிலத்தை உதடுகளில் பளிச்சென்று பூசியிருந்த துடுக்கான தோரணையும் கொண்ட தொலைக்காட்சி ரிப்போர்ட்டர், முன்பணம் வாங்கி விமர்சனம் எழுதும் தள்ளுபடி செய்யப்பட்ட கலை விமர்சகர், சுரணையற்ற முகத்தோடு பக்க நிரப்புதலுக்காக அனுமதி பெற்ற மூத்த நிருபர்கள் என அழைக்கப்பட்டிருந்த வரிசைக்குப் பின் எனது இருக்கையும் ரிசர்வ் செய்யப்பட்டிருந்தது.

இத்தனை நேரமும் எதிலும் லயிக்காமல் அலைந்துகொண்டிருந்த மனது தன்னை திடப்படுத்திக்கொள்ளத்தான் தயார்படுத்திக் கொண்டிருக்கிறது என்பது சற்று நேரத்திலேயே புரிய ஆரம்பித்தது. பத்திரிகையாளர்கள் வரிசையில் சிறு சலசலப்புடன் பச்சை நிற கவுனும், டெனிம் வெய்ஸ்ட் கோட்டும் அணிந்த முக்காடிட்ட பெண் நிருபர்களுக்காக ஒதுக்கப்பட்ட நாற்காலியில் சரியாக எனக்கு முன் வரிசையில் அமர்ந்தாள்.

நிகழ்ச்சியில் முதலாவதாக ஓவியரின் ஆங்கில நூலின் முதல் பிரதியை புகழ்பெற்ற அந்தக் கவிஞர் வெளியீடு செய்வதற்காக அழைக்கப்பட.. உடன் சென்ற கேலரி மேலாளரோடு முதல் பிரதியைப் பெற்றுக்கொள்ள நானும் உடன் சென்றேன்.

நிகழ்ச்சியைத் தொகுத்துக் கொண்டிருந்தவர், அடுப்பிலிருந்து இறக்கிய சூடான நீர் கொழுக்கட்டையை சூடுபார்க்காது கரண்டியில் எடுத்து வாயில் போட்டு, பின் சூடு தாங்காமல் துப்பியது போல் என் பெயரை உச்சரிக்க, நிருபர்களின் காமிராக்கள் என் முகத்தில் ஃப்ளாஷ் லைட்களைத் தெளித்தெடுத்தன.

இத்தனை நேரம் என் முன்னே இருந்தவள் யார் தெரியுமா?

"நமக்கென எதுவும் தோன்றாவிட்டாலும் கூட.. ஒரு பயணம் எந்த நோக்கமும் இல்லாமல் தொடங்காது" என்று என்னிடம் சொன்னவள் இன்றும் அதே உணர்வோடு ஆனாலும் அதிர்ச்சியாய் என்னைப் பார்த்துக்கொண்டிருந்தாள்.

மீண்டும் என் பெயரைச் சொல்கையில், ஓரளவுக்குச் சரியாக உச்சரித்த தொகுப்பாளர், என்னை மரியாதையுடன் அரங்கை விட்டு கீழிறங்கச் சொன்னார் தடுமாறியபடி நின்றுகொண்டிருந்த என்னைத் தோளில் தட்டி அரங்கை விட்டு இறங்க உதவினார். நான் அவளைப் பார்த்தபடியே அந்த வரிசையின் ஓரத்தில் நின்றுகொண்டிருந்தேன். சில நிமிடங்கள் மேடையையே பார்த்துக்கொண்டிருந்தவள் அருகிலிருப்பவர்களிடம் ஏதோ சொல்ல ஆரம்பித்தாள். அவள்

அங்கிருந்து விடைபெறும் பாவனை என்று எனக்குத் தோன்றியதால்.. நான் மெதுவாக அந்த அரங்கை விட்டு வெளியேறினேன்.

அவள் வருவதற்கு முன்பு கொஞ்சம் வேகமாக நடக்க வேண்டும் என்றும் தயார்படுத்திக்கொண்டேன். நல்லவேளை க்ளீன் ஷேவ் செய்தோம் என்று ஒரு சிறு சந்தோஷம். வி.ஆர்.எஸ் வாங்கியிருக்கிறேன் என்று சொன்னால் அவள் முகம் எவ்வாறு மாறும் என்று எனக்குள்ளேயே கேள்வி எழுந்தது. அரங்கிற்கு வெளியே வந்ததும் எதிரே வந்துகொண்டிருந்த விடுதியின் சிப்பந்தியிடம் ரெஸ்டாரெண்ட் குறித்து கேட்டுக்கொண்டேன். அரங்கின் கதவைத் திறந்து அவள் வெளிப்படுகையில், 'கொஞ்சம் பேசவேண்டும் ஒரு காஃபி சாப்பிடுவோமா?' என்று கேட்பதற்கு ஒருமுறை ஒப்பித்துப் பார்த்துக் கொண்டேன்.

கதவு திறந்தது.

என் பெயரைச் சொல்லி அழைத்தாள். தள்ளாடும் படகாக நான் மாறியிருந்தேன். மனம் நினைவுகளில் நங்கூரமிட்டிருந்தது. புத்தி அவளை விட்டுவிடாதே என்று எச்சரித்தது.

"ஃபர்ஸ்ட் ஃப்ளோர்ல ஒரு ரெஸ்டாரண்ட் இருக்காம், கொஞ்ச நேரம்..?"

"நீங்க வைன் சாப்பிடுவீங்க தானே, நேரா டெரேஸ்க்கே போவோம். அங்கே ரொம்ப நல்லாருக்கும்"

வைன் என்று அவள் சொல்லும் அதிர்ச்சியைப் பற்றி சாவகாசமாய்தான் நான் சிந்திக்க வேண்டும். இப்போது அவளோடு லிஃப்டில் பயணிக்கிறேன் அல்லது மேலே செல்கிறேன். மெதுவாக ஊர்ந்து செல்லும் லிஃப்டாக இருந்தும், ஒரு பெரிய பாலே ஹாலின் எதிர்முனைகளில் நிற்பது போன்ற தூரம் இருவரிடையே இருப்பதை உணர முடிந்தது. மாடியின் விளிம்பில் இருந்த மேஜையை நோக்கி நகர்ந்தோம்.

"எனக்கு ப்ளாக் காஃபி போதும்.. நீங்கள் வைன் எடுத்துக்கங்க"

"நீயு... நீங்களும் எடுத்துக்கலாமே"

சிரித்தாள்.

"உன்.. உங்கள எப்படியும் சந்திச்சுடுவேன் என்றுதான் வீ.ஆர். எஸ் வாங்கிவிட்டு இப்படி எங்கெங்கெல்லாமோ தேடிக்கொண்டிருக்கிறேன்.."

“அஹாம்.. அது எப்படி சொல்றிங்க?”

“அதுசரி இங்க எப்படி?.. பெரிய நட்புவட்டமா இருக்கே”

“இல்ல அவர் ரொம்ப நெருங்குன நண்பரெல்லாம் இல்ல. நீண்ட நாள் பழக்கம். ரொம்ப மரியாதையான மனிதர் கூப்டதும் கௌம்பிட்டேன். ஆனாலும் ஒவ்வொரு தடவ பயணப்படும்போதும் ஏதோ ஒரு நம்பிக்கையும் இயக்கிட்டு வந்தது. இந்தெ இப்போ சரியான இடம் வந்து சேர்ந்துடுச்சுல்ல”

அவள் என்னை ரசிப்பதை நான் கண்டுபிடிக்கா வண்ணம் தன் தலையைக் கோதி, கொண்டையிட்டு, அவிழ்த்து என நிலையற்று இருந்தாள் என நம்புகிறேன்.

காபியும் வைனும் ஆர்டர் செய்துட்டு, சலசலத்துக்கொண்டிருக்கும் கடற்புறத்தில் பார்வையைச் செலுத்தினோம். உயர்ந்த கட்டிடங்களின் சாலைகளின் விளக்குகள், நீண்டிருக்கின்ற நகரத்தின் வாலினைக் காட்டியது. ஆனாலும் மாநகரங்கள் தம் இரவுக்காட்சியை அழகுறத் தரும் சோடியம் வேப்பர் விளக்குகளை உதிர்த்துவிட்டு பளிச்சிடும் எல்.ஈ.டி-க்கு மாறி வருடங்களாகியிருந்ததில் அதன் அழகு குறைந்து போனதை என்னைப் போன்ற ரசனையுள்ளவர்கள், கலைஞர்கள் சிலர் வருந்தியிருப்பார்கள். சில கவிஞர்கள் எழுதுவதைக் கூட நிப்பாட்டி இருப்பார்கள். ஆனால் அவளுக்கு இரண்டுமே ஒன்றுதானே! அவள் எல்லாவற்றிலும் இயற்கையின் பக்கம். அப்படி செயற்கைக்கு எதிரானவள், எப்படி இந்த மாநகரத்திற்குள்?

கேட்டேவிட்டேன். அதற்கும் சிரித்தாள்.

“இது வார நாட்களின் போஜனத்திற்கு, வீக்கெண்டில் வேற.. தெரியுமா?”

அவள் தன் கைகளைக் கிழக்குத் திசையில் காட்டினாள். அம்மாநகரத்திற்கு கிழக்கே இருக்கும் மேற்குத்தொடர்ச்சி மலை இருப்பதை அறிந்திருந்தும் நான் அதை உணர்ந்தவனாக வெளிப்படுத்தவில்லை.

“அப்போ நாளைக்கு?” என்றபோது அவள் கூர்மையாக என் பார்வையை ஆய்ந்தாள்.

“நாளைக்கும் தான்.. ஏன்?”

“இன்னும் ரெண்டு நாள் இங்க இருப்பேன். அதான் உங்க வீட்டிற்கு வரலாமான்னு யோசிச்சேன். வீட்ல இருக்கவங்க அனுமதிச்சா, உங்களுக்கும் பயணத்திட்டம் இல்லாம இருந்தா.. நான் வரலாமா?”

“நீங்க என் அண்ணங்க கிட்ட தொடர்புல இல்லையா?”

“எல்லா செட்டில்மெண்ட்ஸூம் முடிஞ்சப்புறம், உங்க வீட்டுக்கு போகவே கூடாதுன்னு தான் இருந்தேன். ஆனா ஒருநா உங்க அண்ணனே என்னைத் தேடி வந்தார்”

பதிலேதும் சொல்லாமல் காஃபியை சேர்ந்தவாறு இரு மிடறு பருகினாள். பட்டையான ஃப்ரேமுள்ள கண்ணாடியில், காஃபியின் நீராவி அவளது கண்களை மறைத்து அவளாகவே அவளைக் காப்பாற்றியது.

“அப்போதுதான் என் தப்புக்கணக்கு புரிந்தது. நீ பிரிந்தது உன் அண்ணன்களிடம் திரும்புவதற்கு அல்லவென்று”

“ஆனா இப்ப நான் அவங்களோட பேசிட்டுதான் இருக்கேன்”

“ஆனா அத்தனை அமைதியா பிரிஞ்சுக்கிட்டவங்க எனக்குத் தெரிஞ்சு நாம மட்டுந்தான் இல்லையா?”

அதைச் சொல்லும் போதே எனக்கு ஒரு கர்வம் மேலோங்கியிருந்தது.

“ஓயே.. பிரிவதே அமைதிக்கு தானே”

“இப்படி வேணும்னா சொல்லிக்கலாம்.. நம்ம ரெண்டு பேத்துக்கும் எது நிம்மதின்னு தெரிஞ்சிருந்தது, அது அபூர்வமானதுன்னு சொல்லிக்கலாம்”

இப்படி மெதுவாக எனக்குக் குடிக்கத் தெரியாது என்பதாலும், அதற்கு மேல் குடிப்பது சரியல்ல என்றும் தோன்றியதால்.. மீண்டும் அவளைச் சந்திக்க முடியுமா என்று கேட்டேன்..

“ஓகே இந்த வீக்கெண்ட் நான் கேன்சல் பண்றேன் வீட்டுக்கு வாங்க.. வெட் ஃப்ளோர்ல நடந்து வந்து அழுக்காக்குனா திட்றதுக்கு இருக்கும் பாபி தவிர, வீட்டுல யாருமில்ல.. அதனால கட்டாயம் வாங்க.. ஆனா சாயங்காலம் வாங்க.. பகல்ல கொஞ்சம் வேலை இருக்கு”

“நான் இதுலதான் ரூம் எடுத்துருக்கேன்”

உண்மையில் எனக்கு இந்த விடுதியில்தான் அறை கொடுக்கப்படுள்ளது என்றுதான் சொல்லியிருக்க வேண்டும்.. ஆனால் அவளது புன்னகை இரண்டுக்குமானது. கீழே நிகழ்ச்சி முடிந்து அனைவரும் உணவுக்குத் தயாராகியிருந்தனர். நானும் அங்கே கலந்து கொண்டிருந்தபோது.. அவள் ஒரு மெட்ரோ

நகரத்தின் இடைநிலை பத்திரிகை நிருபரோடு சேர்ந்து உணவருந்திக்கொண்டிருந்தாள். அந்நிருபர் குறித்து தமது நண்பர் “பெய்ட் நியூஸ் ப்ரோக்கர்ஸ்” என்று சொன்னது நினைவில் வந்தது. எங்கே போனீர்கள் என்று எனது நண்பர் கேட்கையில் தலைவலி என்று நூறு சதவீத உத்திரவாதமுடைய பொய்யைச் சொன்னேன்.

இரவினை முழுவதுமாக மனதுக்கு கொடுத்துவிட்டேன். பெயர்த்து எடுக்கப்பட்ட மீட்டர்கேஜ் தண்டவாளத்தின் ஒருபக்க கதை அது. முழுச்சித்திரமும் அற்ற கேள்விகளால் நிரப்பப்பட்ட ஒரு காதலின் படுகொலை அது. ஏனோ அந்தக் கிராமத்தின் அமானுஷ்யம் அவளை இடம்பெயரச் சொல்லி அதற்குத் தடையாய் இருந்த என்னையும் தூக்கியெறியப் பணித்த கதையில் ஒவ்வொரு இரண்டு வரிக்கு மத்தியிலும் நீரால் அழிக்கப்பட்டிருந்தது.. அதை ஒருமுறை கூட வாசிக்காமல் நான் தவற விட, மீத வரிகள் தினமும் தன்னைத் தானே வாசிக்கின்றன ஒவ்வொரு இரவிலும். இயற்கையின் மிக நேர்த்தியான பிரிவு அது. எனினும் தங்குதடையற்ற நீண்ட பயணமாய் அவர்கள் முயங்கிய நாடகங்களை நினைவுப் பார்வையாளனாக அவன் பார்த்துக்கொண்டிருப்பது.. துணை வாத்தியங்களற்ற ஓபரா பாடலைப் போன்றது. அதைத் தவிர்ப்பதற்கே வைல்ட் ரோஸ் க்ளோப்யூல்களை சில வருடங்களாக எடுத்துக்கொண்டிருக்கிறேன்.

★★★

காலைச் சிற்றுண்டிக்கு புஃபேயில் சாப்பிடும் மனம் வரவில்லை என்ற போதிலும், மிகத் தாமதமாகச் சென்று ஒரு சாண்ட்விச்சும், போஹாவும் எடுத்துக் கொண்டேன். அவள் எந்தப் பத்திரிகையில் வேலைப் பார்க்கிறாள் என்று தெரிந்துகொள்ள லாபிக்குச் சென்று கிடைக்கும் செய்தித்தாள்கள் அத்தனையும் புரட்டிப் பார்த்தேன். நேற்றைக்கு நடந்த தேநீர் விருந்தில் கண்காட்சி குறித்து உரையாற்றிய கவிஞரைப் பற்றி எழுதப்பட்ட வெவ்வேறு செய்திக்கட்டுரைகளைப் புரட்டினேன். இறுதியாக உள்ளூர் சஞ்சிகை ஒன்றில் அவளது புனைப்பெயரைக் கண்டுபிடித்தேன் (அவளது நிழற்படத்தின் உதவியால்). அந்த சஞ்சிகையில்தான் ‘பெய்ட் ஆர்ட் க்ரிட்டிக்ஸ் இருக்காங்க’ என்று எனது நண்பர் சொன்ன ஞாபகம் இருந்தது. ஆனால் அந்தக் கட்டுரை முழுமையாக அவரது ஓவியங்களை விமர்சித்து இருந்தது. மொத்த ஊடகங்களிலும் அவள் எழுதிய ஸ்டோரி மட்டும் அந்த கண்காட்சியை முழுமையாக நிராகரித்தது.

Vantage point of the orthodox Madarasee என்கிற பெயரில் வெளிவந்த அக்கட்டுரையில் எனது நண்பரின் ஓவியங்களை, அது கிளர்த்தும் அசல்தன்மை மரபு என்று எப்போதும் அவர் கோரி வந்ததை, தென்னிந்திய சமூக வரலாற்றில் இருந்த தரவுகளைக் கொண்டு அகழ்ந்தெடுத்து எழுதியிருந்தாள். அவள் சொல்வதில் உண்மை இருப்பதை, நண்பரின் ஊர்க்காரரான எனது இயக்குனருடனான பல உரையாடல்களில் உணர்ந்ததுண்டு. அதிலும் குறிப்பாக அவர் வரைந்த கடற்கரைக் கோயிலின் *perspective*-கள் பல மீனவக் குடும்பங்களை அப்புறப்படுத்திவிட்டு கட்டப்பட்ட சொகுசு நட்சத்திர விடுதியின் முகப்பிலிருந்து வசதியாக அமர்ந்தபடி வரையப்பட்டிருந்தது என்று அவள் நிரூபித்து இருந்தாள்.

நல்லவேளை அவள் யாரென்று என் நண்பரிடம் நேற்று சொல்லாமல் இருந்தேன். அவள் புனைப்பெயரைக் கண்டுபிடித்ததிலிருந்து அவளைப் பற்றிய நிறைய தகவல்களை இணையத்தில் எடுத்துக்கொண்டிருந்தேன். மங்களூரில் நான் இறுதியாக விருப்ப ஓய்வை அறிவித்த காலத்திலிருந்து அவள் ஒரு சூழியல் போராளியாக மேற்குக் கடற்கரையில் உள்ள மாங்க்ரோவ் காடுகளைப் பாதுகாப்பதற்காக நிறைய கட்டுரைகளை எழுதி வருகிறாள் என்றும் அதற்காகப் பல வழக்குகளை சந்திக்கிறாள் என்றும் அறிந்தேன்.

இசை, நடனம், ஓவியங்கள் குறித்து நிறைய இதழ்களில் எழுதி வருகிறாள். ஏற்கனவே இரு நூல்கள் வெளியாகியிருக்கின்றன. ஒன்று சங்க இலக்கியங்களில் சிலவற்றைத் தொகுத்து ஆங்கிலத்தில் மொழிபெயர்த்து அதைப்பற்றி எழுதிய கட்டுரை ஒன்று *Coffee table* புத்தகமாக வெளிவந்துள்ளது. அதில் ஒவ்வொரு அத்தியாயத்திற்கும் பொருந்தினாற்போல ஓவியங்களை புள்ளிக்கோல வடிவில் சங்க காலத்தைச் சித்திரமாக்கியிருந்தார் ஃப்ரெஞ்ச் தேசத்தைச் சேர்ந்த கவிஞரும் ஓவியருமான *Chantal jumel*. அவரை அப்பாசாமி கேலரியில் எனது நண்பரோடு ஒருமுறை சந்தித்திருந்த நினைவு வந்தபோது, இத்தனை ஆண்டுகளாக அவள் எங்கேயோ அருகிலேயேதான் இருந்திருக்கிறாள் எனத் தோன்றியது. அவளது இரண்டாவது நூல் மேற்குத்தொடர்ச்சி மலையின் உயிரினங்கள் பற்றிய மற்றொரு முழுநீள வண்ணப்படங்களாலான நூல். நிறைய பரிசுகளும் அங்கீகாரங்களும் பெற்ற நூல் என அறிந்திருக்கிறேன். ஏனோ எத்தனையோ முறை அந்த நூலினைத் தொடாமலேயே கடந்த நினைவு இருந்தது.

அந்த நூலின் முகப்பு அட்டை நாங்கள் பிரிவதற்கு முன் வாழ்ந்த கிராமத்திலிருந்து எடுக்கப்பட்டிருந்த மேற்குத்தொடர்ச்சி மலையின் நிழற்படம்.

ஏனோ அவளிடமிருந்து இன்னும் தெளிவுறக் கிடைக்கப் பெறாத காரணங்களை இன்றாவது தெரிந்துகொள்ளத் தீர்மானித்து மாலை வருவதற்கு காத்திருந்தேன். அதேவேளை இந்தச் சந்திப்பு மிக ரகசியமானதாக இருக்க வேண்டும் என்று உறவினர் ஒருவர் சுகமில்லாமல் இருப்பதாக சொல்லி வைத்துவிட்டேன்.

ஒரு மெட்ரோ நகரத்தின் எந்தச் சாயலுமற்ற அப்பகுதியில் டாக்ஸியிலிருந்து இறங்கினேன். கேரளாவில் இருப்பதைப் போன்ற உணர்வைத் தரும் மழைக்கான ஆயத்தங்களுடன் மேகக்கூட்டம். அவள் குறிப்பிட்டிருந்த அந்த 8-ஆம் மாடிக் குடியிருப்பை நோக்குகையில் அவளது கூடு எதுவெனப் பார்த்தவுடனே தெரிந்துகொள்ள முடிந்தது. ஏழெட்டு தத்தைகள் அந்த மொத்த அபார்ட்மெண்ட்டிலும் ஓரேயொரு பால்கனியில் ‘தத்தித்துக்’ கொண்டிருந்தன. அவள் ரீசைக்கிள் ஸ்பெசலிஸ்ட் என்பது எனக்கு முன்னமே தெரிந்திருந்தால், முதலாவது தளத்திலிருக்கும் வீட்டில் தொங்கவிடப்பட்டிருந்த செடிகள், பறவைகளுக்கான feeders உள்ளிட்ட பலவற்றிலும் அவளது கைத்தடங்கள் இருப்பதை என்னால் உணர முடிந்தது.

இத்தனைப் புரிந்திருந்தும் ஏன்? என்கிற கேள்வியின் வீரியமும் சற்றுங்கூட குறையவில்லை.

கீழிருந்தபடி அழைத்தேன். முதல் அழைப்பிலேயே எடுத்தாள்.

“வந்துட்டியா?”

கீழிருந்து கைகாட்டினேன்.

ஒருமைக்கு திரும்பிவிட்டதால் மட்டும் அவள் சகஜமாகி விட்டாளென நம்பிவிடக் கூடாது என்று எனக்குள்ளே சொல்லிக் கொண்டேன். முதல் தளத்திற்கு லிஃப்ட் அருகே நிற்க, படிக்கட்டுகள் என்று கைகளை ஒன்றின்மேல் ஒன்றை வைத்துக் காண்பித்தாள். முதல் தளம் தானே என்று அவளது புருவம் உயர்ந்தது. பத்மினி டாக்ஸியில் குறுக்கிய காலினை அவள் பார்வைக்காகவெல்லாம் தண்டிக்க முடியாது என்று லிஃப்ட்டிலேயே ஏறி வந்தேன். பச்சயம் பிடித்த அவளது வீட்டின் வாசலில் நின்றேன்.

“ஆயியே...”

ஈரம் உலராத கூந்தலில் பொருத்தமற்ற ஒரு செம்பருத்திப் பூவைச் செருகியிருந்தாள். நேற்றே கவனித்தேன். பெரிய அளவிலான குங்குமப் பொட்டும், மராத்தியப் பெண்களைப் போன்ற தோற்றத்தைத் தரும் மூக்குத்தியும் உதட்டுச்சாயமும். அவளை எந்தவிதத்திலும் நான் பார்க்க விரும்பாத கோலமாக அது இருந்தது. மூங்கில்களால் முடையப்பட்டிருந்த அசௌகரியமான நாற்காலிகளில் அமரச் சொன்னாள்.

வரவேற்பறையிலேயே உட்கார வைத்தது என்பதைக்கூட உணரமுடியாத அசௌகரியம் அந்த நாற்காலிகளிடம் இருந்தது. லேசாக ஒரு யோசனை உதித்தது.

“உள்ளே நிறைய பட்சிகள் வந்து போகுதோ... ஒரே கிளிங்க சத்தமா இருக்கு”

உற்சாகம் வந்தவளாய் உள்ளே அழைத்தாள்.

“ஆமா உள்ள வந்து பாக்குறியா.. இன்னைக்கு காலைல இருந்து ஒரு ஃபெலிகன் வந்து ரொம்ப நேரம் ரெஸ்ட் எடுத்துட்டு போனான்..”

என்னால் அவள் கைகாட்டும் பால்கனியை பார்க்க முடியவில்லை. என் மொத்த கவனமும் அந்த ஹாலில் ஐந்துக்கு ஆறு அளவில் மாட்டப்பட்டிருந்த ஸ்தம்பிக்க வைக்கும் பிரம்மாண்ட மேற்குத்தொடர்ச்சி மலையின் ஓவியம் மீதிருந்தது. நான் பணிபுரிந்த ஸ்டேஷனில் இருந்து மலையைப் பார்க்கும் நோக்கில் தேர்வு செய்யப்பட்டு வரையப்பட்டிருந்தது.

“யார் பண்ணா இத?”

“என் நண்பன்தான்.. அவன் ஜே.ஜே. ஸ்கூல்.. ஆனா ரெஃப்ரென்ஸ் போட்டோ”

“நீ தான எடுத்த.. ரைட்”

“ஆமா.. அப்ப போகும்போது கூட நீ இன்னமும் அங்கதான் இருப்பியோன்னு நெனச்சேன்”

“நான் அந்த வருசமே.. மெட்ராஸ் வந்துட்டேன்.. ஆனாலும் அது தாமதம்தான...”

ஹாலில் தென்பட்ட ஒரு ஸ்டூல் கதிரையை எடுத்துப்போட்டு

அமர்ந்தேன். அதைச் சற்றும் எதிர்பாராத அவள் ஓரமாக வைத்திருந்த பீன் பேகை நகர்த்தி உட்கார்ந்தாள். பின்னர் ஏதோ நினைவு வந்தவளாய் ஒரு அறையின் கதவைச் சார்த்தி தாளிட்டாள்.

"டீ சாப்ட்றயா?"

"சக்கர இல்லாம சாப்ட சொன்னதுல இருந்து, நான் டீ, காஃபிய நிறுத்திட்டேன். நேத்து வைன் அவைளபிள் இல்லைன்னா ஒருவேளை நான் சாப்ட்டுருப்பேன்.. இப்ப எதுவும் வேணாம்"

"அப்போ சுலைமானி எடுத்துக்க, கொஞ்சமா ஹனி மட்டும் விட்றேன்" என்று சமையலறையில் நுழைந்தாள். அங்கிருந்த சாளரம் வழி என்னைப் பார்க்க முடிகிறது என்பதைத் தெரிவிக்கும் பொருட்டு மீண்டுமொருமுறை புன்னகைத்தாள். அந்த ஹாலினைச் சுற்றிலும் நோட்டம் விட்டேன். அவளிடம் கேட்கத் துணிவற்ற கேள்விகளுக்கு பதில்கள் சுவரில், கப்போர்டில், டீபாயில் இருக்கிறதா எனத் தேடினேன். தாளிடப்பட்ட கதவுகளுக்குப் பின்னால் இருக்கலாம் எனத் தோன்றியது.

அன்று உடன்படித்த நண்பர்கள் யாருக்குமே எங்கள் பிரிவு பற்றிய செய்தி ஒரு பேரதிர்ச்சியாக இருந்தது. அதற்கான காரணம் அவர்களால் ஏற்க முடியாததாகவும் அத்தனைத் திடமாக எங்கள் முடிவில் இருந்த எங்கள் மீது கோபத்தை வரவழைக்கவும் செய்தது. திருமணத்தை எதிர்த்த அவளது அண்ணன்களும் கூட எங்கள் பிரிவு விஷயத்தை தவிர்த்திட நண்பர்களைப் போன்றே மாறினார்கள்.

ஓர் உறவின் அடிப்படையான நம்பிக்கை மீது விழுந்த பாறாங்கற்கள் முற்றிலும் நகர்த்த முடியாமல் இருக்க, நான் நகர்ந்து வந்து வாழத் தொடங்கினேன். இந்த நிலையில் வீ.ஆர்.எஸ் வாங்குகிறாய் என்று என் தனிமையைச் சுட்டிக்காட்டும் காலத்தில் நான் அவளாக மாறியிருந்தேன். அந்தத் தனிமை என் மன வலிமையைக் கூட்டவே செய்தது அவளைத் தேடுவதை முற்றிலுமாக நிறுத்தியிருந்த கோடை கழிந்து சிலமாதங்கள் தான் ஆகியிருந்தது.

அடர்மழைக்கு ஒரு நொடி முன்னரே.. தயாரானது சுலைமானி.

மெதுவாக உறிஞ்ச ஆரம்பித்த தேநீர் உடல் பாகங்களைத் தொட்டு எழுப்பியது போன்ற உணர்வு.

அவள் ஃப்ரீலான்ஸராக பல ஊடகங்களில் பத்திகள் எழுதி வருகிறாள் என்றும் பூனேக்கு அருகில் நண்பர்களுடன் சேர்ந்து

ஜீரோ பட்ஜெட் விவசாயம் செய்து வருவதாகச் சொன்னாள். அவளது ஆக்டிவஸம், போராட்டங்கள் குறித்த எனது கேள்விக்கு..

"அது சும்மா" எனச் சிரித்து வைத்தாள்.

"நீ மாங்களூரில் கலந்துகிட்ட போராட்ட காலங்களில் நான் அங்கதான் வசித்தேன்"

"ரியலி அது எப்படி மாங்களூர்"

"இதுவரை உன்னைத் தேடியே.. ஆறு ட்ரான்ஸ்ஃபர் வரை வாங்கினேன். மெட்ராஸ்ல மட்டும் ஆறு வருசம். ஐ.சி.எஃப்-ல இருந்தேன்"

ஆச்சரியமாகப் பார்த்தவள்..

"என்னது ஐ.சி.எஃப் மெட்ராஸ்ல இருக்கா?" குறும்புமிக்க கண்களில் அவளைப் பழையவளாய்ப் பார்த்தேன்.

"உன் புக்ஸ்லாம் பார்த்தேன்... பெரிய பெரிய வொர்க்ஸ் தான் போல.."

"Nothing like that"

"அபுங்கறது யாரு.. அவருக்கு தான டெடிகேட் பண்ணிருந்த"

சற்று நேரம் என்னைப் பார்த்துக் கொண்டிருந்தவள்..

"அபு என்னோட மெண்டர்"

"ஆமா, அந்த ஆளுக்கு எப்படி நீ தோஸ்த்? ரொம்ப பூர்ஷ்விக்கான ஆள் அவர்"

"உன் ஆர்டிகிள் வாசிச்சேன்.. ஏ அப்பா.. ஏன் இத்தனை சீரியஸான விமர்சனம். அப்ரிஷியேசனெல்லாம் பண்றதில்லயோ?"

"அதுக்குதான் லட்சங்கள்ல ஒரு பேக்கேஜ், ஆயிரங்கள்ல ஒரு பேக்கேஜ்னு இங்க நெறைய பேரு இருக்காங்க... நான் விமர்சனம் இருந்தா மட்டும்தான் எழுதுவேன். ஒருவேள சென்னைல இருந்தா பாராட்டி எழுதலாம். இங்க இருக்கற மார்கெட்க்கும், பய்யர்ஸ்க்கும் என்ன கொறச்சல்.."

"ஹே.. நான் ஒன்னும் சொல்லலப்பா... ஜஸ்ட் கேட்டேன்"

"அவர் உன்னோட நண்பன் தான? நம்மள பத்தி அவன்ட்ட சொல்லிடாத.. அதுதான் உனக்கு நல்லது" எனத் தலையைப்

பக்கவாட்டில் ஆட்டியபடி கண் சிமிட்டினாள். மருதாணி வாசம் அவளிடமிருந்து முகிழ்ந்து வந்தது.

"ஏதாச்சும் சாப்டுறியா?"

"நோ.. லேட்டாகிடுச்சு. கிளம்ப வேண்டியதுதான்"

"ஒரு நிமிஷம் இரு.. இதோ வரேன்.."

தாழிடப்பட்ட அறையைத் திறந்து ஒரு காகிதக் குவியல்களைக் கொண்டுவந்தாள்.

"இது என்ன?"

"என் அடுத்த புக்.... என் ஆட்டோபயாகிராஃபி"

"ஓ.. வெரிகுட்"

மூங்கில் கூடையை விட அசௌகரியமான ஒன்றைக் கையில் பிடிப்பதாய் உணர்ந்தேன்.

"ஆட்டோபயாகிராஃபி எழுதும் அளவு நீ என்ன பெரிய ஆளான்னு உனக்குத் தோனுதா.. ஆக்சுவலா நான் உன்னைத் தேட ஆரம்பிச்சி இப்பத்தான் கொஞ்ச நாட்களாகுது.. எல்லாம் இந்த உதவிக்குத்தான்"

"என்னது என்னைத் தேடினியா?! சரி அதவிடு என்ன உதவி அது?"

"இந்த ஆட்டோபயகிராஃபி வெளிவந்தா.. நீ என்ட்ட கேக்காமல் விட்ட பல கேள்விக்கு விடை கிடைக்கும்.. பட் உன் உதவி இருந்தா தான் அது நான் நெனச்ச மாதிரி வெளிவரும்"

"அது என்ன மாதிரி உதவி?"

என் ரகசியமான தனிமை அம்பலப்படுத்தப்படும் என்பதையும் தாண்டி அவள் போடுகின்ற பீடிகையின் மர்மம் ஆவலைத் தூண்டியது.

"பொதுவா வரும் எத்தனையோ சுயசரிதைகளின் வடிவத்திலிருந்து, இன்று வேறுவிதத்தில் சுயசரிதை எழுதப்படுகின்றன.. அந்த வடிவத்தில் ஒரு முக்கியமான மாற்றத்தை ஏற்படுத்தியிருக்கிறார்கள்"

அவளே தொடர்ந்தாள்..

"இதில் உன்னைப் பற்றிய சாப்டர்கள் கூட இருக்கின்றன"

மார்க் செய்யப்பட்டிருந்த சில தாள்களை மட்டும் தனியாகப் பிரித்து எடுத்து கட்டி என்னிடம் நீட்டினாள்.

“இந்த பகுதியை வச்சு நான் என்ன பண்ணனும்?”

“இதில் உன் தரப்பு என்ன என்பதை நீ எழுதித் தர வேண்டும்.. உன்னிடம் நான் கேட்பது உனக்குச் சிரமமாக இருக்கலாம். ஆனாலும் சுயசரிதைக்கான நியாயம் அது என்று எனக்குத் தோன்றுகிறது. உன்னால் எழுத முடியவில்லை என்றாலும் அதை ஆடியோ ரெகார்ட் பண்ணியும் தரலாம். என் பக்கம் முழுமையாக எழுதப்பட்டு எடிட்டரிடம் போய்விட்டது. உன் தரப்புகளை நான் நேரடியாக எடிட்டருக்கு அனுப்பிடுவேன். அது நூலாக வடிவம் பெறும்போது சுயசரிதைகளுக்கான இன்றைய வடிவத்திலிருக்கும். மேலும் சுயசரிதைகளின் மீதான ஒற்றைத்தன்மை களையப்படும்.. நீ ஒத்துக்கொள்ளாவிடினும் உன்னிடம் முறையாகக் கேட்க வேண்டும் என்று நினைத்துக்கொண்டிருந்தேன்.. எப்படியோ அந்த ரயில் மியூசிய ஓவிய நண்பரின் புண்ணியத்தால் சாத்தியமானது”

மீண்டும் ஒருமுறை அவள் மறுக்க முடியாத ஒன்றை என்னிடம் கேட்பதில் ஜெயித்துவிட்டாள் என்று புரிந்தது. நான் கிளம்புவதற்காக எழும்போது கைகளை நீட்டினாள். ஏற்கனவே அறிந்த அவள் உள்ளங்கைச்சூடு கூட அந்தச் சம்பிரதாயக் கைக்குலுக்கலை யாரோ ஒருத்தியுடனானதாக மட்டுமே உணர்த்தியது.

இருந்தபோதும் என்னால் அவளைத் தொந்தரவு செய்யும் பதிலொன்றைத் தரமுடிந்தது.

“ரெண்டு நாள்ல யோசித்துச் சொல்றேன்”

“டேக் யுவர் டைம்” என்றபோது என் பதிலால் அவள் சற்றே கலக்கமடைந்ததை அல்லது கலக்கமடைந்ததாகப் புரிந்து கொண்டேன். அது எனக்கான ஆறுதலாக இருந்தது.

அவளிடமிருந்து விடைபெற்று டாக்ஸியில் ஏறும்பொழுது கையிலிருந்த பையில் இருக்கும் காகிதங்களை வாசிக்க ஆரம்பித்தேன். என்னையும் பதில் சொல்ல வைக்கத் தூண்டும்படியான அந்த அத்தியாயத்திற்கு அவள் வைத்திருந்த பெயர்.

மீட்டர் கேஜிலிருந்து கிளை பிரியும் நெடுஞ்சாலைப் பயணம்.

இன்னும் இரண்டு நாள் இருக்கிறதே என்பது எத்தனைப் பெரும் நிம்மதியான உணர்வு..

எப்பவும் போலவே...

அந்த கொலாஜ் ஓவியத்தில் ஒட்டப்பட்டிருந்த வெவ்வேறு அரிய நூல்களின் துண்டுபட்ட பக்கங்கள் ஒரு புதிய காதையை சொல்ல ஆரம்பித்தது. அது வாசிக்கும் ஒவ்வொருவருக்கும் ஒவ்வொரு காதை.

எப்பவும் போலவே - 1

அதைத் திரும்பத் திரும்பச் சொல்வான். 'நிரந்தரமாக ஒரு வேலைக்கு செல்வதில் இருக்கின்ற ஒரு பொதுமைப்படுத்தப்பட்ட ஐடியா தான் மானுட சுதந்திரத்திற்கான முதலாம் எதிரி' என்று பிறரைப் போல் இல்லாமல் அப்படியே வாழ்பவன் அவன்.

ஐடியாக்களால் நிரம்பியவன் என்று நம்பப்படுபவனுக்கு ஒரு பெரும் நிறுவனத்திலிருந்து அழைப்பு வந்திருந்தது. அவன் ஒரு ஃப்ரீ லேன்ஸர் தான்.

எப்பேர்ப்பட்ட எதிர்காலப் பிரச்சினைகளுக்கும் அவனிடம் தீர்வு இருக்கிறது என்பதால் அவன் மீதான எதிர்பார்ப்பும் பெரிதாக இருந்தது. அவர்கள் எதிர்பார்த்ததை விட மூன்று அலகு கூடுதலான பலனளிக்கும் யோசனை ஒன்றை நிர்வாணப்படுத்திக் காட்டினான்.

ஒரு ஊன்சோற்றுக்குப் பிந்தைய ஏப்பம் வரும் வேளையில், மீண்டும் ஒரு சந்தர்ப்பத்தில் தேவைப்படும்போது அழைப்பதாக ஒரு சால்வை போர்த்தி அனுப்பிவைத்தார்கள் அந்நிறுவனத்தார்கள். அவனது கதை இத்தனை சிறியது தான்.

எத்தனை சொன்னாலும் அது செயலாவதைப் பார்த்திராதவன் தன் யோசனைகளை கதைகளாகப் பார்க்கத் தொடங்குவதற்கும் அவன் கதைசொல்லியாகப் பாவிக்கப்படுவதற்கும் முன்னால் நடந்த சம்பவம் அது.

அவன் சொல்லும் கதைகளை விட அவனைப் பற்றிய கதை தான் பலர் பகிர்ந்து கொள்கிறார்கள்.

அவனைக் கைவிட்ட நிறுவனங்கள் தங்களது பணியாளர்களுக்கு ஒரு எச்சரிக்கை கொடுத்திருந்தது

"சோறு தான் உலகின் தலைசிறந்த ஐடியா"

எப்பவும் போலவே - 2

அந்த தூசு படிந்த நூலகத்தின் பெரிய அறையில் சுவரோரம் இருக்கும் அலமாரியில் இருக்கின்ற புத்தகத்தை அவன் தினமும் ஒருமுறை எடுத்து துடைத்து வைக்கிறான். அவன் நூலகர் இல்லை என்பதால் அவனே எழுதிய புத்தகம் என அங்கு வருவோர் நினைத்துக் கொள்கிறார்கள்.

அது எழுதி முடிக்கப்படாத புத்தகம் என்பதை அறிந்து கொண்ட நூலகர் அது எழுதப்பட்டுக் கொண்டிருக்கிறது என நம்பியிருந்தார். ஊழல் மிகுந்த தேசத்தில் காப்புரிமை விவரங்கள் இல்லாத நூலை நூலகம் வாங்குவதில் ஆச்சரியம் மற்றும் சட்ட சிக்கல்கள் இல்லை தான்.

அந்த நூலோ கடினமான மொழியில் முன்னும் பின்னுமாய் தொடர்பற்று வெவ்வேறு தினுசில் எழுதப்பட்டு வருகிறது என்று புரிந்து கொண்டார்.

பின்னர் ஒருநாள் அந்த நூலின் 345-வது பக்கத்தில் குறிப்பிட்டிருந்த LCCN எண்ணைக் கண்டார். அதனைக் கொண்டு அசலான நூலென ஒன்றைக் கண்டுபிடித்தார். மிக இலகுவான மொழியில் எழுதப்பட்ட ஒரு பல்ப் நாவலது. அதில் நாயகனாக வரும் நூலகர் பரிதாபத்திற்குரிய முறையில் ஒரு புத்தக வெளியீட்டு நிகழ்வில் கொல்லப்படுகிறார்.

"நூலகத்தின் லெட்ஜெரில் அந்தப் புத்தகம் வாசிக்கப்பட்டிருக்கிறதா என்பதை தேடிப்பார்த்தான்" எனத் தொடங்கும் அந்த முடிவற்ற புத்தகம் இருக்கும் பகுதிக்கு இனி செல்லக்கூடாது என முடிவெடுத்தான்.

எப்பவும் போலவே - 3

அன்றைய பைடெக்கிலும் வார்னிஷ் செய்யப்பட்ட மரப்பலகை போல் சாதனை செய்து பழக்கப்படுத்தப்பட்ட அந்த உணர்வற்ற முகமும் மொட்டைத் தலையுமாக அமர்ந்திருந்தார் புத்தர். (சில ஊருக்கு செல்கையில் பொருத்திக் கொள்ளும் விக் பத்திரமாக இருக்கும் என்கிற நம்பிக்கை யாருக்கும் தெரியாத அவர் புன்னகை போல் ஒளிந்திருந்தது)

வழக்கம் போல வெவ்வேறு ஊர்களைச் சேர்ந்த பைடெக்கிற்காக ஒரிஜினல் காவி உடையணிந்த அத்தனை டெலிகேட்ஸும் வரிசையாக வந்தனர்.

எல்லோரையும் தனித்தனியாக தன்னிடம் அழைத்து

“மைய்ன் ஹத்யாரா நஹீன் ஹூ:” என்றார் 2009-வதாக வந்த சிங்களவன் “தெரியும்” என்று சொன்னார்.

அன்றைக்கு ஓய்வில் தமது சீடரை அழைத்து

“நாளையிலிருந்து அங்குலி பைடெக் எடுப்பான்” என்றபடி தலைக்கு வைக்காத விக்கினை சீடனின் முகத்தில் கடாசினார்.

அப்போது புத்தர் திரும்பியிருந்ததால், அவர் எப்பவும் போலயே உணர்வுகளற்ற நிலையில் இதனைச் சொன்னார் என எடுத்துக்கொள்ளலாம்.

எப்பவும் போலவே - 4

தானுண்டு தன் வேலையுண்டு எனச் செல்பவர்களை சோதனை முறையில் தலைவெட்டிப் பார்க்கும் அதிகார பீடம் அந்த அப்பாவி நூலகர் ஒருவரை பலிகடா ஆக்கியது. ரெய்டில் சிக்கிய அமைச்சர்கள் பட்டியலை மறப்பதற்கு ஏதுவாக சுவாரஸியமாகக் கவர் ஸ்டோரி செய்து கொண்டிருந்தன ஊடகங்கள்.

அந்த பகுதியில் நூலகருக்கு இருக்கும் ஒரே வேலை மின்விசிறிக்கு கீழே இருக்கையை சரியாக இழுத்து வைத்து அமர்வது தான் என்பது மற்ற பகுதியில் வேலை பார்ப்பவர்கள் அடிக்கும் ஜோக் மிகவும் அரிதான நூல்கள் வைக்கும் பகுதி என்பதால் பார்வையாளர்களையே உள்ளே விடக்கூடாது என்கிற மக்கள் நலனே கண்ணெனக் கொண்ட அரசின் ஆழ்ந்த சிந்தனையால் பாதுகாக்கப்பட்ட பகுதி என்றாலும் தணிக்கை செய்வதற்காக அவ்வப்போது அதிகாரிகள் வந்துசெல்வதுண்டு. (தணிக்கை முடிந்தவுடனேயே நூல்களைச் சரிபார்க்கும் நூலகர்கள் மீது அதிகாரிகளுக்கு நீண்ட நாள் பகை இருந்தது மற்றொரு நீளமான கதை)

அப்படியொரு தணிக்கை செய்யப்படும் நாளில் 200 வருட பழமையான ஒரு மத நூலில் இருக்கும் கறையைக் கண்டுபிடித்த அதிகாரிகள் அதைச் சோதனை செய்தனர். ஆய்வகத்தில் விந்துத்துளி என்று கண்டறியப்பட, நூலகர் கைது செய்யப்பட்டார்.

வாசிக்கும் பழக்கமற்ற நூலகர் என்பதால் சமூக அமைப்பில் உள்ள சாதியப் பிணைப்பால் அரசுக்கு எதிராக வழக்காடி, தீர்ப்பைப் பெற முடிந்தது.

மீண்டும் பணியில் சேர்ந்ததும், எப்போதும் போலல்லாமல் "the art of book making" என எழுத்தாளரிடமே பணம் வாங்கி புத்தகம் போடும் பிரபல பதிப்பாளர் எழுதிய நூலினை வாசித்துக் கொண்டிருக்கையில் புக் மார்க் பற்றிய பகுதி அந்த நூலகருக்கு ஒரு விசயத்தை நினைவுகூரச் செய்தது.

கறை இருந்த பக்கத்தில் வைக்கப்பட்டிருந்த புக் மார்க்கில் தன்னைப் போலவே சும்மாவே இருக்கும் ஒரு காம தேவதையின் படம் இருந்தது. அதை எடுத்து மற்றொரு பக்கத்தில் வைக்கும் போது நாளைக்கு விடை கிடைக்கும் என நம்பிக்கை இருந்தது.

எப்பவும் போலவே - 5

இரவு ரோந்துக்கு நானும் ரோஹித்தும் அனுப்பப்பட்டோம். ரோஹித் ஒன்றும் புதியன் இல்லையென்றாலும் இன்னும் பழக்கப்பட்டவனில்லை.

நெடுஞ்சாலையின் இருமருங்கிலும் எந்த ஊரும் அற்ற தரிசுப்பரப்பு விரிந்து கிடக்கிறது. ஊர், நிறுத்தங்கள் ஏதுமற்ற சாலை தொடங்குவதால் வாகனங்கள் தறிகெட்டு வேகமெடுக்கத் தொடங்கும் பகுதி அது. கண்மண் தெரியாத வேகத்தில் வரும் வாகனங்கள் சாலையின் மேடு பள்ளம் தெரியாமல் தூக்கிப்போட்டு கவிழ்ந்த சம்பவங்கள் தொடர்கதையாக நிகழ்வது தான்.

ஒரு கட்டத்தில் விபத்துகளைக் கட்டுப்படுத்த நாங்கள் அமர்த்தப்பட்டிருந்தோம். மேடுபள்ளம் எச்சரிக்கைகளை ஓட்டுனர்களுக்கு அளிக்க வேண்டும் என்பது தான் இலக்கு. அன்றைக்கு சற்று தாமதமானதால் அவ்விடம் போய்ச் சேருமுன்னே ஒரு விபத்து நடந்திருந்தது

வேலைக்குச் சென்று வந்து கொண்டிருந்த இளைஞன் ஒருவன் நிதானமிழந்து தூக்கி எறியப்பட்டு ஹெல்மெட் இல்லா மண்டை வழி அவன் உயிர் பிரிந்து கொண்டிருந்தது. ரோஹித் பதற்றமடைந்து அவனைக் காப்பாற்ற எந்த வழியுமில்லையா என்றான். அவனுக்கு நான் மனிதாபிமானவற்றவன், அதில் எனக்கு உடன்பாடுதான்.

“நான் வேணும்னா ஏதாவது வாகனத்தை நிறுத்தவா?”

நம்ம அதிகாரம் வாகனத்தை எச்சரிப்பது தான் என்று உரக்கச் சொன்னேன்.

பொறுப்பற்ற பதிலாய் அவனுக்கு தோன்றினாலும் அவன் ஒரு அதிகாரியை எதிர்க்க அனுமதியில்லை என்பதும் அவனுக்குத் தெரியும்.

“இப்போ என்ன செய்யலாம்”

இதே வேலை தான், இனி என் இடத்தில் நீ இரு, உன் இடத்தில் இவனை வைக்கலாம். எனக்கு மாற்றல் கிடைத்துவிடும்.

அதுவரை அழுதுக் கொண்டிருந்தவனுக்கு ஒரு சந்தோஷம் பிறந்தது. வேகமாக வரும் வாகனங்களை எச்சரித்தபடி உற்சாகமாக அந்த சடலத்தைப் பார்த்து கைநீட்டியபடி ஒரு கேள்வி கேட்டான்.

“இவன் முழு உருவம் பெற இன்னும் எவ்ளோ நாளாகும்?”

எப்பவும் போலவே - 6

அந்த நீதிமன்றத்தில் ஆஜராகியிருந்தவனுக்கு தன்மீது சுமத்தப்பட்டிருக்கும் வழக்கை நம்பவே முடியவில்லை.

"நீங்க ஏன் சமூக ஊடக சர்வேக்களுக்கு சமச்சீரற்ற பொய்யான பதில்களைத் தந்தீர்கள்?"

அது என் உரிமை என்றேன்.

None of the above சொன்னதைக் குற்றமென்றார்கள். சில நேரங்களில் எனக்குப் பிடித்தது என்று தேர்வு செய்ததையும் குற்றமென்றார்கள்.

நான் அவ்வாறான சர்வேக்களில் எனக்குப் பிடித்தவைகளை வெளிப்படையாகச் சொன்னதில்லை தான் என ஒத்துக்கொண்டேன். அதையும் ஏற்க மறுத்தார்கள் நான் சிலவற்றைச் சரியாகவே சொன்னேன் என்றேன். சில சமயங்கள் என்னையும் மீறி நடந்தவை அவை. அதையும் ஏற்க மறுத்தார்கள்.

நான் உண்மையான பதில்களை அளிக்கும் சுழற்சி முறைகளும் சீராக அமையவில்லை என்றும் எனது நுகர்வுகளின் தகவல்களோடு முரண்பட்டும் இருப்பதாகச் சொன்னார்கள்.

அரசின் தேசிய அளவிலான திட்டங்களை வகுக்க உதவும் செயற்கை நுண்ணறிவுக்கான இயந்திர மொழிக்குப் பழக்கப்பட்ட தகவல் அடுக்குகளை குலைத்துப்போடுவதால். இதுவரை பட்டியலிடப்படாத அளவிலான தேசியக் குற்றம் ஒன்றைச் செய்ததாக குற்றம் சாட்டினார்கள்.

கேள்விகளுக்கு அவகாசமெடுத்து சட்ட ரீதியிலான ஆலோசனையோடு பதில் சொல்ல எனக்கு அனுமதி வழங்கப்பட்டது. என் முன்னோர்களின் தியாகத்தாலும், ஆசீர்வாதத்தாலும், செயற்கை நுண்ணறிவை விட மனிதர்களே மேம்பட்டவர்கள் என்று நிரூபித்துக் கொண்டிருக்கும் கடைசி மனிதன் நான்.

பல்வேறு வணிக நிறுவனங்களின் வெற்றிகரமான அல்கரிதம்களை உடைத்துப் போட்டுவிட்டதாக என்மீது வழக்குத் தொடுத்துள்ள சூப்பர் கணினியின் குற்றச்சாட்டுகளை எதிர்கொண்டிருந்த எனக்கு

உதவிக்காக வழங்கப்பட்டிருந்த கணினியின் தொடுதிரையில் விளம்பரம் போன்ற ஒரு சர்வே வந்திருந்தது.

அதற்கு நான் பதில் சொல்ல வேண்டிய ரேண்டம் என்னெவென்று யோசிக்கையில் தான் எனக்கு மண்டையில் உறைத்தது. நான் எதிர்கொண்டு வரும் மொத்த வழக்குமே ஒரு சர்வேதான் என்று புரிந்தது.

கைதாவதற்குத் தயாரானால் என்ன நடக்கும் என யோசிக்க ஆரம்பிக்க... பிரளயத்தின் அல்கரிதம் பற்றிய புரிதல் ஆரம்பித்தது.

எப்பவும் போலவே - 7

அந்த கொலாஜ் ஓவியத்தில் ஒட்டப்பட்டிருந்த வெவ்வேறு அரிய நூல்களின் துண்டுபட்ட பக்கங்கள் ஒரு புதிய காதையை சொல்ல ஆரம்பித்தது. அது வாசிக்கும் ஒவ்வொருவருக்கும் ஒவ்வொரு காதை.

ஆனந்தரும் அநிருத்தரும் மிகுந்த கலக்கமாய் இருந்தார்கள்.

கிட்டத்தட்ட ஐநூறுக்கும் மேற்பட்டோரின் அழுகையும் கூச்சலுமாக இருந்தது பட்சிகளையும் ஏனைய விலங்குகளையும் அச்சுறுத்தி துரத்திவிட்டிருந்தது.

அந்த மொத்தக் கூட்டத்திலும் அழாத பிக்கு அவருக்கு யார் கடைசியாக இறைச்சியை உணவாக அளித்தார்கள் என்று சத்தமாகக் கேட்டான். ஏற்கனவே உணவு குறித்து அவர் நல்விதத்தில் சொன்னதாக அனந்தர் ஆவணப்படுத்திவிட்டதாகவும் சொல்லப்பட, ஏற்கமுடியாத அவனை சமாதானம் செய்ய என்ன வேண்டுமென்றார் அனந்தர்.

கொலை பாவமென்பதால் ஒரு மரக்கட்டையில் உயிர் மட்டும் போகா வண்ணம் அவனுக்கு கைகளிலும் கால்களிலும் ஆணி அடித்துவைத்தால் என்னவென்று தோன்றியது. கழுகுகளே பாவம் பண்ணியவர்கள் ஆவார்கள் அல்லவா. ஆனால்...

கான்ஸ்டன்டைன் கவனமாக திருத்திக் கொண்டிருந்த “இறுதி இரவுணவு” அத்தியாயத்தில் மேலும் சில மாறுதல்களைச் செய்தார். கையிலே வைத்திருந்த துணியில் மைகொண்டு பாரசீகத்தில் எழுதப்பட்டிருந்த அந்த ஆவணத்தில் இப்படி எழுதப்பட்டிருந்தது.

சொல்லிக் கொள்ளாமல் ஓடிவந்த பிக்குவினை நிறுத்திய திருடர்கள் என்ன ஒளித்து வைத்திருக்கிறாய் எனக் கேட்டார்கள்.

கையிலிருந்ததைக் காண்பிக்கையில் அது ஒரு பல்லைப் போல இருந்தது. அது என்னெவெனத் திருடர்கள் கேட்க,

“ஆய்வுக்காக சடலமென்றும் பாராமல் முகத்தில் குத்துவிட்டு எடுத்த பல் இது. இதைக் கொண்டு உண்மையைக் கண்டறிந்தால் ஆயிரமாயிரம் காட்சிகள் மாறும் லட்சோபலட்சம் தலைகள் உருளும்” என்றார்.

திருடர்கள் அதைத் தருமாறு மிரட்ட, ஆகிருதியின் முழுபலத்தையும் திரட்டி அதனை எறிந்தான். அது கடல் தாண்டி விழுந்திற்று.

மழை நாளொன்றில்

அரசாங்கங்களின் நீண்டகாலத் திட்டங்களால் எட்டிப் பிடிக்க முடியாத அளவு தூரத்திலிருந்த எதிர்காலத்தின் ஆண்டொன்றை தனது போலோ சட்டையில் பெரிதாகப் பொறித்திருக்கும் மானுடவியலாளர்களால் தரம் பிரிக்க முடியாத கலப்பின மனிதன் அவன். மழை நீரால் சூழப்பட்டு, அரை ஷட்டர் கீழறக்கப்பட்டு இருக்கும் பகுதியில் இருக்கின்ற 500 சதுர அடி புத்தகக் கடையில் திக்விஜயம் செய்து, "அனைத்தும்" என்றான். பின்னர் "மலிவான ஃப்யூஅல்" என்றான் நமட்டுச் சிரிப்புடன்.

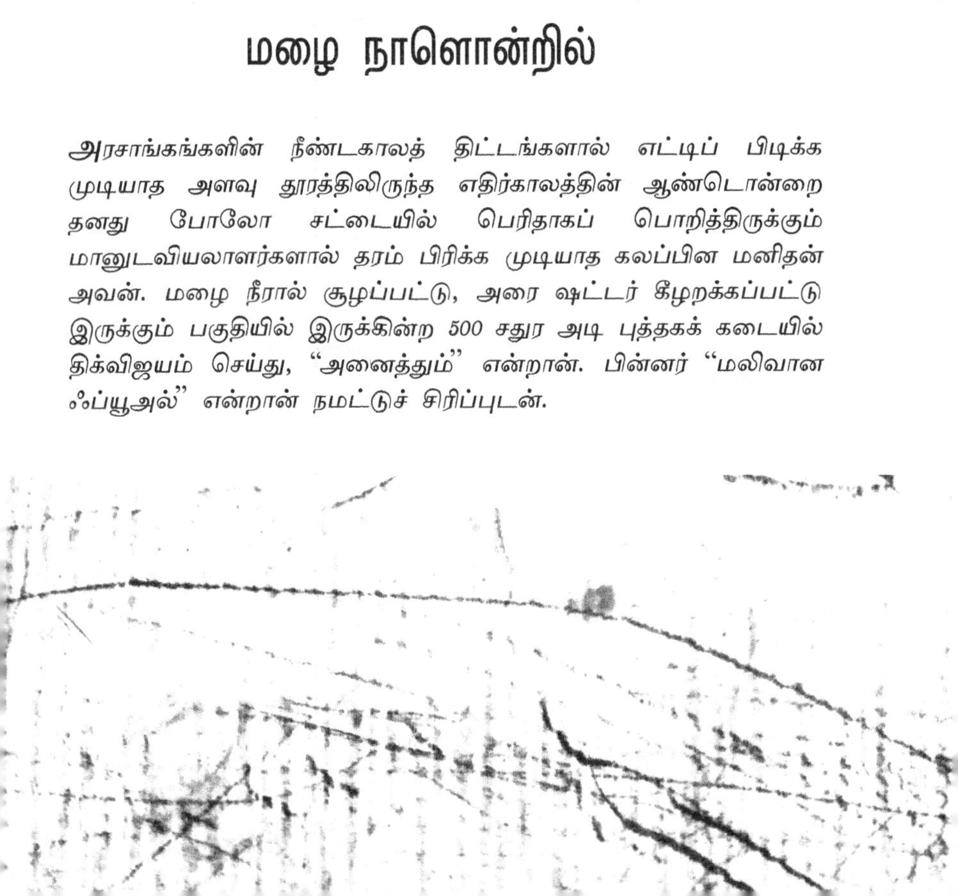

அந்நகரத்தின் மழை சூழாத மேட்டுப் பகுதியில் இருக்கின்ற புத்தகக் கடைக்கு இந்தச் செய்தி வரும்போது கூடவே வேறு சிலரும் வந்து சென்றார்கள். அவர்களும் அதையே சொன்னார்கள். மழையே பெய்யாத மாவட்டங்களின் புத்தகக் கடைகளுக்கும் அவர்கள் வந்தார்கள். பின்னர் அவர்கள் தான் என்றில்லை, அந்த நிலத்தின் அத்தனைக் கடைகளும் காலியாக்கப்பட்டன. ஒருமுறை கூட வாசகர்களுக்கு தள்ளுபடியே தராத புகழ்பெற்ற புத்தகக்கடை ஒன்று மட்டும் கொள்ளையடிக்கப்பட்டது. அவர்களும் அதே காலத்தை சட்டையில் பொருத்தியவர்கள் தாம்.

பதிப்பகங்கள் திடீரெனக் கோமாவிலிருந்து விழித்தன. அவர்களுக்கு தேவையான புத்தகங்களை எழுதித் தர அவர்கள் கவிஞர்கள், எழுத்தாளர்களின் வீட்டில் வரிசையில் நின்றார்கள். கவிதைகளுக்கான பட்டயப் படிப்பு, பட்டப் படிப்பிற்கு கல்லூரிகள் வகுப்புகள் தொடங்க பல்கலைக்கழகங்களுக்கு அரசாணை பிறப்பித்தன.

எழுதுவதற்கான காகிதம் தீர்ந்து போகும் என்கிற அச்சத்தில் இராணுவத்தினர்கள் வனத்தைப் பெருக்கவும் உருவாக்கவும் தொடங்கினார்கள். மரம் வெட்டுவதற்கு எதிரான தண்டனைகள் மனிதத்தன்மையற்றது என உலக சபை அறிவுறுத்துவதை அவர்கள் பொருட்படுத்தாமல் இருந்த வேளையில், அச்சகத்தில் கிடைத்த வெட்டப்பட்ட உபரி காகிதங்களை தாஸ், பொறுக்கி விற்றுக் கொண்டிருந்தான்.

ஈஸ்வருக்கு தனிநபர் கடன் கிடைத்ததால், அவனும் சில கட்டுக் காகிதங்களை வாங்கி வீடு வந்து சேர்ந்தான். இந்தக் காகிதம்தான் வடிவத்தை தீர்மானிக்கும் என்று அவனுடைய கனவில் வந்த கழுதையின் ஞாபகம் வந்தது.

மழை நாளொன்றில் – 1

மழை பெய்யும் நாளொன்றில்தான் குளிக்க முடியும் என்று எதிர்பார்த்த மனிதர்களைப் போல அதுவும் தன் அகத்தை விட்டு வெளியே வந்தது. தன் தலையில் பட்டுத் தெறிக்கும் ஒவ்வொரு சொட்டின் ஓசையும் தன் இணையைக் கட்டையால் அடித்துக் கொன்ற சப்தத்தை நினைவு படுத்தினாலும் பெய்வது மழை அன்றோ. ஆறு போகும் நிலத்திற்கோ கண்மாயுள்ள பூமிக்கோ இடம்பெயராமல், கொன்றவனைப் பழி வாங்கக் காத்திருந்த அந்த ஆறு அடி கருநாகத்திற்கு அருகிலேயே நின்றாலும்.. முதல் மழையை சந்திக்கின்ற எலி கரிசல் மண்ணின் சகதியால் ஒரு கார்க் பந்தாக மாறப் போவதை அறியாமல் தன் மீசையில் ஒழுகும் நீர்த்துளிகளை எண்ணிக் கொண்டிருந்தது.

கிழிந்த சொக்காயும் ஒழுகும் மீசையும் கைகளில் ஆறு ஏழு சூட்டுக்காயத் தடங்களும் கொண்ட சிறுவனின் முதல் மழை.. உப்புச் சோப்பினாலும் சவரு தண்ணியாலும் கழுவப்படாத கந்தக விரல்களில் மழை நீர் தேய்த்து உறித்தெடுக்கும் தோல்களில் முளைத்திருக்கும் புதுத்தோல் தன் குஞ்சுகளின் தோல்களைப் போன்றே இருப்பதை அறிந்தது கருநாகம்.

அச்சிறுவனோடு சேக்காளிகள் வந்து மாரியாத்தா பாட்டு பாடினார்கள்.

கருநாகம் படமெடுத்து வானைப் பார்த்து வாய்பிளந்து, பிளவு பட்ட நாக்கை நீட்டி 1 2 3 என நீர்த் தொகுப்புகள் உள்ளிறங்க, தன் இணையைக் கொன்றவனின் மகனைக் கொல்லாமல் விட்ட அது மழையைக் குடித்தது.

மழை நாளொன்றில் – 2

மழை பெய்யும் நாளொன்றில் சென்று கொண்டிருந்தது சவ ஊர்வலம். தினத்தந்தியில் எப்போதும் பிரிவினைகளுக்கான கொலைச்செய்தி தரும் நகரொன்றில் எப்போதுமில்லாத நாளாய் எல்லோரும் ஒன்று கூடியிருந்தார்கள். மெஸெஞ்சர்களை, இணையத்தை முடக்கி வைத்திருந்த அரசு, அந்த ஊர்வலத்தின் வெற்றியைக் குலைக்க அவதூறுகளைப் பரப்பிக் கொண்டிருந்தது.

பிற சாதிக்காரர்களை வீட்டிற்குள் விடாத, வேலைக்காரர்களை பின்வாசல் வழி உள்ளே விடும் சுதா, டிபார்ட்மெண்ட் ஸ்டோர் செல்வதாக பொய் சொல்வதை அவள் வீட்டு நாய் கூட அறிந்திருந்தது.

"எந்த வேச மக்காவாச்சும் லத்திய தூக்குட்டும்.. பொறவு அவன் அம்மாட்ட வாங்குன பால கக்கிட்டுத்தான் ஊரெவிட்டும் போகனும்லே" என்று அதிகாரியை மிரட்டிய பாதிரியாரைப் பார்த்தபடியே தான்.. அவளும் கூட்டத்தில் இணைந்தாள். பின்வாசல் வழி வந்தவளைக் கண்டு அவள் கை கோர்த்தாள். அது மன்னிப்பைக் கோரும் கை கோர்ப்பு.

"சகாய மேரி" என்று தன் கடுஞ்சொற்களுக்கு மன்னிப்பு கேட்டுக் கொண்ட பாதிரியாரைப் பின் தொடர்ந்து அந்த நகரத்தில் உள்ள பிரதான சாலைகளில் ஊர்வலம் வந்தது. ஆண்டவனின் வார்த்தைகளை உதிர்க்கின்ற வெள்ளையுடைகளின் முகங்கள். ரஸாயனக் காற்றை சுவாசித்து வெள்ளையாகிப் போன அவள் உதடுகள் பைபிள் வசனத்திற்கு ஈடாக குல தெய்வத்தை முனுமுனுத்தது

சடங்குகள் முடித்து போய்க்கொண்டிருந்தவர்களை அங்கங்கே நிறுத்தி விசாரித்துக் கொண்டிருந்தார்கள்.

"ஏம்மா அந்தத் தெருல இருந்து நீயேம்மா?" என்கிற.. திருநீற்றை டிஸ்டெம்பர் போல் நெற்றியில் நிரந்தரமாய் பூசிய அதிகாரிக்கு..

"உசுரக் கொடுத்து இந்த மழையக் கொண்டு வந்தவ அவ, இந்த ஊருக்கே இது கன்னி தெய்வம்" என்றபடி பாதிரியாயிடம் கேட்டுப் பெற்ற மையவாடி மண்ணைக் காண்பித்தாள். மஞ்சள் தடவி அவள் வணங்கப் போகும் மண்ணிற்கு உயிர் கொடுத்தது மழைச் சொட்டு.

மழை பெய்யும் நாளொன்றில் - 3

மழை பெய்யும் நாளொன்றில் வீட்டிற்கு வந்த கோடங்கி, ஒரு படி அரிசி கேட்டான். கடையிலேயே இரண்டு மாதக் கடனும் வீட்டிலேயே குறைவாகத்தான் இருக்கு என்பதையுமறிந்திருந்தவன் கையில் ஒரு தம்ளர் அரிசியைக் கொட்டும் அம்மாவைப் பார்க்கையில் ஆச்சரியமாய் இருந்தது அவனுக்கு.

அச்சிறுவனைப் பார்த்ததும் வீட்டின் கூரையைப் பார்த்த கோடங்கி, "மாரியாத்தா போயிடுச்சா" என்றான். வாடிய முகத்தோடும் கருவளையங்களில் இன்னும் ஒளி பொருந்திய கண்களோடும் இருக்கும் அவள்.. "மூணாவது தண்ணியும் ஊத்தியாச்சு" என்றாள். தூரத்தில் இன்னொரு பையனும் கணவனும் முகத்தில் புள்ளிகளோடு அமர்ந்திருந்தனர்.

பையில் வாங்கிக் கொண்ட அரிசி முழுவதுமாக விழுவதற்குள் நான்கு மணிகளைப் பிடித்து வாயில் போட்டுக் கொண்டவன். பழைய அரிசியின் வாசனையில் புன் முறுவலித்தான்.

"மக்களப் பெத்த மகராசி நீ.. உன்னால மத்த உசுரும் பூமியில நிக்குது. குல தெய்வம் யாருன்னு தெரியாம நிக்கிற நீயும் தெய்வந்தான்"

வெலவெலத்தாள்.

"போய் வெளக்கேத்தி கோலம் போட்டு அதுல மஞ்சத் தண்ணிய தெளி.. மிஞ்சுன கோலம் தான் உன் சாமி.. அதைய படத்துல வரஞ்சி வை.."

"அதல்லாம் நம்பாத, ஏமாத்தி காசு வாங்குறான்" என்று உள்ளிருந்து எக்காளிமிட்ட குரலைக் கண்டித்தான்.

"நீ இன்னிக்கு உசுரோட இருக்கறதே இந்தம்மாவோட புண்ணியத்துல தான். சாமி இருக்கற எடத்துல மெதப்புக்குன்னு பேண்டவங்க தான் நீங்க"

இவனுக்கு எப்படித் தெரியும் என்று யாரும் கேட்காத போதும்..

"சுத்தமான தண்ணி நெனச்ச ஒடம்புல பொய் வராது - மழை - அந்த மாரியாத்தாவே உனக்கு யார்னு காட்டுவாடா"

அன்றிரவு நடுநிசி அமைதி கும்மெனச் சூல்கொண்டிருந்த மழை மேலிருந்து சோவென உதிரத்தயாராகும் முன்னர் இருந்த பேரமைதியில் அவ்வீட்டில், பரிசு கொடுக்க என்று வாங்கிய வெண்கல குத்துவிளக்கு ஒன்று விழுந்து உருண்ட சப்தம்.. அந்த சப்தமே குரலானது.

“டேய் யாராச்சும் வெளக்கப் போடுங்கடா”

அம்மையின் குரல் இத்தனைக் கம்பீரமாய், அதட்டலாய், எதிரொலிக்க கேட்காதவர்கள் அலறியடித்தபடி விளக்கைப் போட்டார்கள். படுக்கையின் மேலே நால்வரும் ஒருவர் பார்த்தார்கள். பின்னர் அம்மாவையே மற்ற மூவரும் பார்த்தார்கள்.

“குறிச்சு வச்சுக்கங்கடா என் பேரை”

மீண்டும் சப்தம் வந்தபோது அது அம்மா இல்லை என்று அச்சிறுவர்களுக்குப் புரிந்தது. நிதானத்துடன் அவர்களை அமரச் செய்து காகிதத்தை நீட்டினாள். இடது கையால் பேனாவை வாங்கி எழுதத் தெரியாமல், தண்ணீர் அழித்து எஞ்சியிருந்த கோலத்தையே காகிதத்தில் போட்டார்.

“என்னடி பாக்குற நான் தான் காந்தாரி”

கூப்பாடு போட்டு பெய்யத் தொடங்கியது மழை

மழை பெய்யும் நாளொன்றில் - 4

மழை பெய்யும் நாளொன்றில் தேநீர் வாங்கி வரச் சொல்லி தன் இளைய மகனை கடைவீதிக்கு அனுப்பினார் அவர். அடகிலிருந்து வீடு மீண்டது என்கிற சந்தோசத்தில் பொன்னியம்மனுக்கு நேர்த்திக் கடன் செய்ய தன் மகளோடு போயிருந்தாள் மனைவி. தானும் போயிருக்கலாம் என்று தான் தோன்றியது. பட்டறையை முழுவதும் விற்று, தான் மீண்டு வந்தது உண்மையில் மீட்சியா என்கிற அலை.

"இனி ஒன்னும் செய்ய வேணாம், நாம் பாத்துக்கறேன்" என்று டிப்போவுக்கு செல்லும் மகனை வாசல் வந்து வழியனுப்பிய மனைவியின் முகத்தில், தாம் என்னவாக இருப்போம் என்று யோசித்திருக்கக் கூடாது.

"டீக்கடையில் இரும்புச் சத்தம் கேக்காமல் எப்படி இருக்க முடியும், டவுன்ல ஏ.டி.எம் பார்த்துக்குறியா" என்று சிநேகிதன் கேட்டிருக்கக் கூடாது.

மூன்றாவது புயல் எச்சரிக்கைக் கூண்டு ஏற்றப்பட்டுள்ளது என்று சொல்லும் ரேடியோவில் அதற்கடுத்து ஒலிபரப்பிய பாடலைக் கேட்கும் முன்னரே நிறுத்தினார் அவர். அவர் வழக்கமாகப் பாடல் கேட்கும் நேரம்.. தான் நிப்பாட்டியிருக்கக் கூடாது.

சைக்கிளில் கழன்றுக் கிடந்த செயினை இழுத்துப் பொருத்திவிட்டு கையாலேயே பெடலைச் சுற்றுகையில் அது தன்னைப் பொருத்திக் கொண்டது. அவனுக்கு அப்பா சொன்னது நினைவுக்கு வந்தது.

"சைக்கிள் செய்ன மாட்டுறது மாதிரி தான் வாழ்க, ஒரு ரெண்டு பல்ல சரியா கோர்த்து சுத்துனா அதுவா மாட்டிக்கும். எதையாச்சும் ஒன்னையாவது உருப்படியா செஞ்சன்னா வாழ்க்க பிடிச்சுக்கும்.. ஒன்னு நல்லா நல்லா படி இல்ல வெளையாடு இல்லன்னா வேலை செய்யி.. எல்லாத்தலயும் அர மனசா இருந்தா எதுவுமே சரியாகாது"

குரங்குப் பெடல் அடித்தபடி ஒரு கையில் தூக்குச்சட்டி கீழே விழாது பிடித்துக்கொண்டே வானவில் பார்த்தபடி ஓட்டிச் சென்றான்.

‘ஏன் இப்பல்லாம் அப்பா டீக்கடைக்கு போகாம வாங்கி வரச் சொல்றார்’ என்று மனதில் தோன்றியது. தேநீர் கடையில் நிற்கையில் மனதும் சட்டையைப் போலே ஈரமாகியது.

தன்னை நோக்கி குரல் கொடுத்தபடியே டீ.வி.எஸ்ஸில் வந்த பக்கத்து வீட்டு அண்ணன் “உங்கய்யா தூக்கு மாட்டிக்கிட்டாருடா” என்று சொல்கையில், அவன் தந்தை கேட்காமல் விட்ட பாடலின் கடைசி வரி ஒலித்தது.

மயக்கமா கலக்கமா

மனதிலே குழப்பமா

வாழ்க்கையில் நடுக்கமா

மழை நாளொன்றில் – 5

மழை நாளொன்றில் அவள் கோயிலுக்குச் சென்றிருந்தாள். சும்மா போக்குக் காண்பித்துவிட்டு பெய்யும் மழையென தான் அவள் நினைத்திருக்க வேண்டும். இல்லை அவன் அப்போதாவது பின் தொடர்ந்து வரமாட்டான் என்கிற நம்பிக்கையாய் இருக்கும்.

சின்ன கற்கோயிலில் நடைபெறும் பிரதோஷ வழிபாடு. கருவறைக்குள் நின்றபடி நான்கடி பெரிய லிங்கத்தைத் தழுவி வணங்கி கும்பிடுவது அவ்வூர் மக்கள் வழக்கம். மழை வலுத்த நேரத்தில், யாரோ ஒரு பெண்ணிடம் தனது ராசியை நட்சத்திரத்தை சொல்லிக் கொண்டிருந்த போது அவனும் உடனிருக்கிறான் என்று தெரிந்து கொண்டாள். வேறு யாரிடமோ பேசுவது. இத்தனை நாள் தன்னைத் தான் பார்க்க வந்தானா என்கிற சந்தேகம் கிளர்த்த, அவள் புதுவிதமான உணர்வு கொண்டாள்.

தன்முறை வந்து லிங்கத்தை அணைக்கையில் வரும் பால் வாசம், கற்பூர வாசம் அன்று வரவில்லை. இறுக்கமாய் தழுவிக்கொண்டாள் அவன் வாசனை வந்தது. அவள் முதுகை யாரோ தட்டும் வரை எவ்வளவு நேரம் போனதென்றே தெரியவில்லை.

ஊரை விட்டுத் தள்ளியிருக்கும் கோயில் என்பதால், கோயிலுக்கு வந்தோர் வீடுகளிலிருந்து குடைகளோடும் சிலர் இரண்டு குடைகளோடும் வந்து கூட்டிச் சென்றனர்.

அவளைக் கூட்டி வர யாரும் ஊரில் இல்லை என்று தெரியும். அவள் அம்மாவின் சுகவீனத்திற்காய் தான் அவள் கோயில் வருகிறாள். அவன் குடை ஒன்றை இரவல் பெற்று அவளிடம் வந்தான். வீடு வரை வந்து விடுகிறேன் என்று சொல்லும்போது, தலையாட்டினாள். அவள் குரல் சமாதியடைந்தது போல் தோன்றிற்று. இன்னும் ஒருமுறை என்று லிங்கத்தைத் தழுவி விட்டு வந்தவளைப் பார்க்கையில் அவன் மிரட்சியாய் இருந்தான்.

அதுவரை இருந்த அவனுக்கு இல்லாத ஒன்றைத் தந்தாள். குடையை நான் பிடித்துக் கொள்கிறேன் என்று அவனுக்கும் பிடித்தபடி நடந்துச் செல்ல, அவனும் உடன் வந்தான்.

ஊருக்குள் நுழையும்போதே குடையிலிருந்து விலகி அவளை வீட்டுக்குச் செல்லுமாறும் தான் அடுத்தநாள் வந்து வாங்கிக்கொள்வதாகவும் சொல்லி வீடு நோக்கி விரைந்தான். குடையில் அவன் தொட்ட இடத்தின் சூட்டை மழை நீரால் குளிர்வித்தாள்

மழை நாளொன்றில் - 6

மழை நாளொன்றில் பயணத்தை மேற்கொண்டிருந்தோம். அது முற்றிலும் எதிர்பார்த்தேயிராத விடுதிதான். முன்பொரு காலத்தில் அரண்மனையாக இருந்த அந்த மாளிகை, இப்போது நட்சத்திர அந்தஸ்த்து பெற்ற விடுதியாகியிருந்தது.

ஒரு ராஜா ராணியை வரவேற்பது போல் பாவனை செய்யும் சிப்பந்திகளும் அவர் தம் சேவைகளும் நம்மையும் மன்னராக உணரவைக்கும் என்று விளம்பரப்படுத்தியிருந்தார்கள். அப்படி தான் நடந்து கொண்டிருந்தார்கள்.

ஆனால் அவளைப் பாவிக்கும் முறையில் ஒரு வித்தியாசம் இருந்தது. அவளை உபசரிக்க உபசரிக்க, மிகுந்த மிடுக்குடன் நடமாட ஆரம்பித்தாள். அந்த நானூறு வருட பழமையான படுக்கையறையும் அதன் பொருட்களும் பழமையோடும் புதுமையை மறைத்துக் கொண்டுமிருந்தன.

உள்ளே நுழைந்ததும் தோரணையோடே அமர்ந்தாள். உடைகளை எடுத்து வைக்கப் பணித்தாள். சிப்பந்தியை அழைத்து தேநீர் கேட்கையில் அவன் கைகள் நடுங்கியபடி வைத்துவிட்டுப் போனான். கதவைச் சாத்தச் செல்கையில் அவன் என்னைப் பரிதாபத்தோடே பார்த்தபடி மூடினான்.

கடலோரம் என்பதால் இருட்டிக் கொண்டிருக்கும் வானமும் கடலும் எனது அச்சத்தை இரு மடங்காகக் கூட்டியது.

எப்போதும் போல சல்லாபத்தோடு ஒன்றாகத் தானே குளிப்போம் என்கிற வழக்கத்தில் ஆடை களைந்து ஏற்கனவே குளித்துக் கொண்டிருந்த அவள் நான் கதவைத் திறந்ததும். “வெளியே போ” என்று கத்தினாள்.

சில விநாடி நின்று துடித்த இதயத்திற்கு இயல்பான ரிதத்தை அடைய அவகாசம் தேவைப்பட்டது.

இரவு கவிழ ஆரம்பிக்க, ராஜ.. ராணி உபச்சார இரவுணவு முடித்து படுக்கைக்குச் சென்றோம். மிகுந்த ஆளுமையோடு என்

மேல் அமர்ந்தபடி மேலாடைகளற்று இயங்கிக் கொண்டிருந்தவள், தலையில் ஏதோ அணிந்திருப்பதைப் போலவும் இயங்குவதால் ஏற்படும் அதிர்வில் அது கீழே விழுகையில் பிடிப்பது போலும் பாவனைகளைத் திரும்பத் திரும்பச் செய்தாள்.

நான் அதிர்ச்சியோடே அவளிடம் கேட்க முற்படுகையில் அவள் தலைக்குப் பின்னே இருக்கும் கண்ணாடியைப் பார்க்கச் சொன்னாள். நான் இறுகக் கண்களை மூடிக் கொண்டேன். நூற்றாண்டுகளைக் கண்ட கட்டில் ஆடும் சப்தமும் ஓடுகளில் சடசடக்கும் பேய் மழைச் சப்தமும் முயங்கிக் கொண்டிருந்தது,

நான் கண்களைத் திறக்கவேயில்லை.

◆